A GUIDE
TO THE
FIRST BOOK OF SANSKRIT

(*Sir Dr. Bhandarkar*)

A GUIDE
TO THE
FIRST BOOK OF SANSKRIT
(Sir Dr. Bhandarkar)

By

Balkrishna Anant Bhide, B.A,.
Head Master, Sir S.A. High School,
Murud, Janjira

AND

N. V. Kuvalekar,
Teacher, Aryan Education Society's
High School,
Bombay

GYAN

Published by

GYAN

Gyan Publishing House
5, Ansari Road
Daryaganj, New Delhi-110002
Phone: 011-47034999, 9811692060
E-mail: books@gyanbooks.com

Distribution Network
gyanbooks.com
India, USA, Canada, UK, Australia, France

ISBN : 978-81-212-2554-0 (HB)
First Published, 1934

2nd Impression 2021

Printed at: Gyan Press, Delhi.

A Guide
to the
First Book of Sanskrit
Author: Balkrishna Anant Bhide

A GUIDE

TO THE

FIRST BOOK OF SANSKRIT

(Sir Dr. Bhandarkar)

BY

Balkrishna Anant Bhide, B. A.,

Head Master, Sir S. A. High School,

MURUD, JANJIRA,

AND

N. V. Kuvalekar,

Teacher, Aryan Education Society's

High School,

BOMBAY

PUBLISHED BY

KESHAV BHIKAJI DHAWALE, Girgaon, Bombay

1934.

THE ALPHABET. (वर्णमाला, मूळाक्षरें).

The Sanskrit Alphabet consists of 46 letters. Of these 13 are vowels and 33 consonants. The letters are signs of sounds, and sounds are produced by regulating the pressing of breath from the mouth with the help of certain organs of the mouth, and sounds are classified according to these organs. Some sounds are produced by allowing the breath to go out unhindered from the throat; they are called Gutturals (throat-sounds). Some other sounds are produced by regulating the breath with the tongue which presses against the palate (the roof of the mouth), or doubles itself, or presses against the teeth with its tip; these sounds are, therefore, called Palatals, Linguals and Dentals, respectively. Some others are produced chiefly by moving the lips and are called Labials. (संस्कृत वर्णमालेंत ४६ वर्ण आहेत; पैकीं १३ स्वर व ३३ व्यंजनें आहेत. वर्ण हे ध्वनीच्या खुणा आहेत, आणि तोंडाच्या निरनिराळ्या अवयवांच्या साह्यानें श्वासाच्या गतीला शिस्त लावून निरनिराळे ध्वनि उच्चारले जातात, आणि या मुखावयवांच्या अनुरोधानें वर्णांचे वर्ग करण्यांत येतात. जे वर्ण कंठांतून श्वास सरळ बाहेर लोटण्यानें उच्चारले जातात, त्यांना कंठ्य म्हणतात. कित्येक वर्णांचे उच्चार करतांना जिभेची हालचाल होऊन, ती श्वासगतीला शिस्त लाविते जीभ कांहीं उच्चार करतांना तालूला (हिरड्यांच्या वरच्या भागाला) दाबते, कधीं ती दुमडून वर मूर्धाला (तोंडाच्या अटळ्याला) स्पर्श करते, किंवा आपल्या बोथीनें दांतांवर चेपते. अशा वर्णोच्चारांना अनुक्रमें तालव्य, मूर्धन्य, व दन्त्य अशीं नांवें आहेत. कांहीं उच्चार ओंठांच्या चलनवलनानें होतात, त्यांना ओष्ठ्य म्हणतात.)

In addition to the above, the breath may be hissed between the tongue and the teeth or palate, or it may be driven with full intensity between them or forced through the nose, and then the sound is said to be sibilant, aspirate, or nasal accordingly. (वरील प्रकारांनीं होणाऱ्या उच्चारांतही कधीं श्वास जीभ आणि दांत, तालु किंवा मूर्धा, यांच्या फटींतून सुस्कारत जातो, किंवा जोरानें घोषतो, किंवा नाकांतून चेपला जातो. या क्रियानुसार उच्चारांचे उष्म, महाप्राण आणि नासिक्य किंवा अनुनासिक असे भेद होतात.)

Some consonantal sounds are modifications of vowel sounds, and they are called semi-vowels. (कांहीं व्यंजनोच्चार स्वरोच्चारांच्या किंचित् फरकानें झालेले असतात; त्यांना अर्धस्वर किंवा अन्तःस्थ म्हणतात.)

The following table shows all these divisions and sub-divisions of the alphabet. (खालील कोष्टकांत वर्णमालेचे हे सर्व वर्ग व पोट-वर्ग दाखविले आहेत.)

Alphabet : वर्णमाला.

Class (वर्ग)	Vowels (स्वर)	Consonants (व्यंजनें).				
		....	Nasals नासिक्य	Semi-vowels अर्धस्वर	Sibilants उष्म	Aspirate महाप्राण
Gutturals कंठ्य	अ, आ.	क्,ख्,ग्,घ्	ङ्	–	–	ह्.
Palatals तालव्य	इ, ई, ए, ऐ.	च्,छ्,ज्,झ्.	ञ्.	य्.	श्.	–
Linguals मूर्धन्य	ऋ, ॠ.	ट्,ठ्,ड्,ढ्	ण्.	र्.	ष्.	–
Dentals दन्त्य	ऌ.	त्,थ्,द्,ध्.	न.	ल्.	स्.	–
Labials ओष्ठ्य	उ, ऊ, ओ, औ.	प्,फ्,ब्,भ्.	म.	व्.	–	–

Note :—ए, ऐ are really Gutturo-Palatals and ओ, औ Gutturo-Labials. व् is a Dento-Labial, for in pronouncing it the lower lip bends in, while the upper teeth press upon it. (ए, ऐ हे वर्ण खरोखर कंठतालव्य व ओ, औ हे कंठौष्ठ आहेत. व् हा दन्तौष्ठ आहे, कारण त्याच्या उच्चारांत खालचा ओंठ आंत वळून, त्यावर वरील दांत दाब घालतात.)

The vowels are also classified as short and long and long vowels are further divided into simple and dipthongs. (स्वरांचे ऱ्हस्व व दीर्घ असेही वर्ग पडतात आणि दीर्घ स्वरांचे पुन्हां शुद्ध व संयुक्त असे दोन पोटवर्ग होतात.)

Vowels : स्वर

Short. ऱ्हस्व.	Long. दीर्घ.	
	Simple. शुद्ध.	Dipthongs. संयुक्त
अ	आ	
इ	ई	ए, ऐ
उ	ऊ	ओ, औ.
ऋ	ॠ	
ऌ	–	

The consonants are also divided into soft and hard. Besides, there are pairs of consonantal sounds in which though the sounds are alike, one has a distinct aspirate element which the other lacks. The former is called aspirate and the latter unaspirate. (व्यंजनांचे मृदु व कठोर असेही वर्ग पाडतात. यांनाच संस्कृत व्याकरणांत नाद (किंवा घोषवर्ण) आणि श्वास (किंवा सघोषवर्ण) म्हणतात. शिवाय अशा कांहीं (क्-ख् सारख्या) व्यंजनांच्या जोड्या आहेत, कीं प्रत्येक जोडींतील वर्णांचे उच्चार जरी मुख्यतः सारखे असले तरी एकांत ह्-काराचा भास दुसऱ्यापेक्षां स्पष्ट होतो, व म्हणून त्यांचे महाप्राण अल्पप्राण असे भेद करतात.)

व्यंजनें.

Hard कठोर (श्वास)			Soft मृदु (नाद)		
Unaspirate अल्पप्राण	Aspirate महाप्राण	Others इतर	Unaspirate अल्पप्राण	Aspirate महाप्राण	Others इतर
क्	ख्	–	ग्	घ्	ङ्
च्	छ्	–	ज्	झ्	ञ्
ट्	ठ्	–	ड्	ढ्	ण्
त्	थ्	–	द्	ध्	न्
प्	फ्	–	ब्	भ्	म्
		श्, ष्, स्		ह्	य्, र्, ल्, व्

अनुस्वार and विसर्ग are two additional sounds included in Sanskrit alphabet. Consonants are pronounced only when they are followed by a vowel, hence they are called स्वरान्त वर्ण. But अनुस्वार (ं) and विसर्ग (:) can be pronounced only when they are preceded by a vowel; hence they are called स्वरादि वर्ण. (संस्कृत वर्णमालेंत अनुस्वार व विसर्ग हेही आणखीं दोन वर्ण गणण्यांत येतात. व्यंजनांच्या पुढें स्वर आला, म्हणजेच त्यांचा उच्चार होतो, म्हणून व्यंजनांना ' स्वरान्त वर्ण ' म्हणतात. पण अनुस्वार (ं) व विसर्ग (:) यांचा उच्चार मागें स्वर असल्यासच होतो, म्हणून त्यांना ' स्वरादि वर्ण ' म्हणतात.)

सन्धिविचार.

In Sanskrit when two vowels or consonants come together or when विसर्ग is followed by a vowel or consonant, they generally combine, and this combination is called सन्धि. When the letters that thus combine, are both vowels, the सन्धि is called स्वरसन्धि; but if one or both of them are consonants, it is called व्यञ्जन-सन्धि, and if one of them is विसर्ग, it is called विसर्ग-सन्धि. Again such *sandhi* may take place between the letters of verbal or nominal bases and terminations, or letters of separate words. In the first case the *Sandhi* is called अन्तःसन्धि, while in the second it is called बहिःसन्धि. (संस्कृतांत दोन स्वर अगर व्यंजनें, किंवा विसर्ग आणि स्वर किंवा व्यंजन, हीं एकत्र आलीं असतां, त्यांचा बहुशः संयोग होऊन एक जीव होतो, या मिलाफाला 'सन्धि' म्हणतात. जेव्हां हा संयोग दोन स्वरांमध्यें होतो, तेव्हां त्याला 'स्वरसन्धि' हें नांव देतात; दोन्ही वर्णांपैकीं एक किंवा दोन्ही व्यंजनें असल्यास 'व्यंजनसन्धि' होतो; आणि विसर्ग व स्वर किंवा व्यंजन यांचा संधि झाल्यास त्यास 'विसर्गसन्धि' हें नांव आहे. शिवाय असा संधि नामांच्या किंवा धातूंच्या अंगांना प्रत्यय लावतांना होतो, अथवा वाक्यांतील एका शब्दाच्या अंतींचा वर्ण व दुसऱ्या शब्दाच्या आरंभींचा वर्ण यांमध्यें होतो; म्हणून त्यांना अनुक्रमें 'अन्तःसन्धि' व 'बहिःसन्धि' अशीं नांवें देतात.)

Most of the *Sandhi* rules given in the Appendix to the First Book are applicable both to internal and external *Sandhis*. But a few of them are exclusively applicable to internal *Sandhi*, and they are as follows: Nos. 23, 26, 31, 34, 35. (पहिल्या पुस्तकाच्या पुरवणींत दिलेले बहुतेक सन्धि-नियम अन्तःसन्धि व बहिःसन्धि अशा दोहोंसही लागू आहेत. परंतु कांहीं थोडे केवळ अन्तःसन्धीसंबंधींच आहेत. ते पुढील प्रमाणें:–अंक २३,२६,३१,३४,३५).

संधिविचार.

The *Sandhi* Rules are given here together at the beginning. But students are to learn them only as they come in the course of their study. In the following lessons the *Sandhi* rules that are applicable in particular cases, will be shown by Rule Numbers and students will then learn them. (येथें आरंभींच सर्व संधिनियम एकत्र दिले आहेत. परंतु अभ्यास-क्रमांत ते जसजसे येतील तसतसे शिकावयाचे आहेत. पुढील धड्यांत जेथें जे नियम लागू असतील, तेथें त्या नियमांचे आंकडे दिले जातील, व त्याच वेळीं विद्यार्थ्यांनीं ते शिकावयाचे आहेत.)

Sandhi Rules.

Guṇa and Vṛiddhi.

1. The *guṇa* of इ or ई is ए, of उ or ऊ is ओ, of ऋ or ॠ is अर्, and of ऌ is अल्.

2. The *vṛiddhi* of अ is आ, of इ, ई or ए is ऐ, of उ, ऊ or ओ is औ, ऋ or ॠ is आर्, and of ऌ is आल्.

Vowels.

3. In Sanskrit, two vowels cannot come together without coalescing.

4. There are a few cases, in which two vowels though coming together, do not coalesce.

5. When the dual of a noun or a verb ends is ई, ऊ, or ए, these vowels do not combine with another following them; गिरी+आरोहन्ति=गिरी आरोहन्ति. See also 13,37 and 42.

6. ऋ (short), after any vowel except the last four, is optionally not combined, and the preceding vowel, if long, is made short; अर्घ्येण+ऋषिम्=अर्घ्येण ऋषिम् or (by 7) अर्घ्येणर्षिम्. हरिणा+ऋषिः=हरिण ऋषिः or हरिणर्षिः.

7. If अ or आ is followed by इ, उ, ऋ, or ऌ, short or long, the corresponding *guṇa* letter is substituted for both; फल+ई=फले.

8. If ए, ऐ, ओ, or औ follow अ or आ, the vowel which takes the place of both is ऐ in the first two cases and औ in the last two; नृप+ओ=नृपौ.

9. When any vowel, short or long, except the last four, is followed by the same vowel, short or long, the substitute for both is the same vowel lengthened; दैत्य+अरि=दैत्यारि, कवि+ईश=कवीश; &c.

10. When इ, उ, ऋ and ऌ, short or long, are followed

by a dissimilar vowel, य्, व्, र्, and ल् are respectively substituted for them; तृणानि+अत्ति=तृणान्यत्ति.

11. When ए or ओ at the end of a word or grammatical form is followed by अ, the latter merges into the former, *i. e* it is neither pronounced nor written. In its place the mark ऽ (अवग्रह) is generally put; रामः+अश्वम्= रामो (by 36)+अश्वम्=रामोऽश्वम्.

12. ए, ओ, ऐ and औ, when followed by a vowel, become अय्, अव्, आय्, and आव् respectively; ने+अ=नय.

13. If a nominal or verbal form ending in ए, ऐ, ओ or औ is followed by a vowel, the य् or व् of the substitute for the former are optionally dropped. The two vowels thus brought together by the dropping of य् or व् do not coalesce; मन्यते+आत्मानम्=मन्यतयात्मानम् or मन्यत आत्मानम्.

Consonants.

14. When there are more consonants than one at the end of a word, the first is retained and the others dropped; as मरुत् with स् becomes मरुत्स्, but स् is dropped and the form is मरुत्.

15. A consonant (except a nasal) at the end of a word is changed to the first or third of its class; मरुत् or मरुद्.

16. Before hard consonants, the preceding consonants, except nasals, substitute the first (*i. e.* hard unaspirate) letter of their class; as ककुभ्+प्रान्त=ककुप्प्रान्त, and दृशद्+पतति=दृशत्पतति.

17. The preceding consonant (except a nasal) takes the third consonant of its class as its substitute, when compounded with a soft consonant or the initial vowel of a word; प्रासादात्+जनम्=प्रासादाद्+जनम् (=प्रासादाज्जनम् by 19).

18. A consonant at the end of a word or grammatical form followed by a nasal is changed to the nasal of its class optionally; as एतद्+मुरारि=एतन्मुरारि or एतद्मुरारि. This change is necessary, when the nasal belongs to a nominal termination, as चित्+मय=चिन्मय.

19. When स् or a consonant of the dental class is compounded with श् or a consonant of the palatal class, a letter of the latter class is substituted for the former, and in this order, *viz.*, श् for स्, च् for त्, ज् for द् &c; अरीन्+जयति=अरीञ्जयति. The same happens when dentals are combined with linguals, ष् being substituted for स्, ट् for त, ठ् for थ्, &c.; तत्+टीका=तट्टीका.

20. A consonant of the dental class followed by ल् is changed to ल् (भगवत्+लीला=भगवल्लीला), and न् to a nasal ल्. अस्मिन्+लोके=अस्मिँल्लोके.

21. When ङ्, ण् and न् at the end of a word or grammatical form are preceded by a short vowel and followed by any vowel, they are doubled; वसन्+अम्बरात्=वसन्नम्बरात्.

22. च् or ज् is changed to क् before hard consonants, and to ग् before any soft consonant except a nasal or a semi-vowel; मुच्+त=मुक्त. This change takes place also when these consonants end a word, even before a nasal or semi-vowel: वाच्+यत=वाग्यत.

23. छ् following a vowel is changed to च्छ्; अ+छियन्त =अच्छियन्त. This change takes place optionally when the vowel is long at the end of a word or grammatical form; लक्ष्मी+छाया=लक्ष्मीछाया or लक्ष्मीच्छाया; but after मा (negative particle) and आ (preposition) it is necessary.

24. In the body of a word or grammatical form न् is

changed to an *anusvâra* when followed by श्, ष्, स्, or ह्; विद्वांसौ.

25. A final न् when followed by च्, छ्, त, थ् and ट्, ठ्, is changed to an *anusvâra* and *visarga* ; बिडालान्+ताडयति= बिडालां:+ताडयति (=बिडालांस्ताडयति by 39).

26. न् coming ater ऋ, र्, or ष्, in the same word is changed to ण्. This change takes place even if a vowel, a semi-vowel (ल् excepted), the aspirate ह्, or a letter of the guttural or labial class comes between ऋ, र्, or ष् and न्; गृहाणि. This change does not take place when न् ends a word ; as नरान्.

27. म् at the end of a word or particle, followed by a consonant in general, is changed to an *anusvâra* optionally, and necessarily when it is followed by श्, ष्, स्, र्, or ह्. When it is not changed to an *anusvâra*, it is changed to the nasal of the class to which the following letter belongs and to a nasal य्, व्, ल्, when followed by य्, व्, ल्, respecively; सम्+गच्छते=संगच्छते or सङ्गच्छते.

28. At the end of words, र्, followed by a hard consonant or by nothing, is changed to a *visarga*; मातर्+पश्य=मातः पश्य.

29. र् followed by र् is dropped, and the preceding vowel (except ऋ,), if short, is made long; धूर्जटिः+रक्षति= धूर्जटिर् (by 38)+रक्षति=धूर्जटी रक्षति.

30. When a word or form ending in any of the first four consonants of a class is followed by श्, the श् is optionally changed to छ्, when it is itself followed by a vowel, a semi-vowel or a nasal; अवदत्+शठः=अवदच् (by 19) शठः or अवदच्छठः.

31. The स् of स्था is dropped after the preposition उद्; उद्+स्था+य=उद्+थाय=उत्थाय by 16.

32. ह् preceded by any of the first four letters of a class is changed to the fourth letter of that class optionally; उद्यमात्+हरेः=उद्यमाद् (by 17)+हरेः=उद्यमाद् हरेः or उद्यमाद्धरेः.

33. The ह् of उपानह् becomes त् and द् in the circumstances mentioned in 22.

34. स् following a vowel except अ and आ, or a letter of the guttural class, or र्, generally becomes ष्; वाच्+सु=वाक् (by 22)+सु=वाक्षु.

35. At the end of words, स् whether followed by any letter or not, is changed to a *visarga*; वदामस्=वदामः.

स् *or Visarga.*

36. When a *visarga* is preceded by अ and followed by अ or a soft consonant, it is changed to उ, which, with the preceding अ, becomes ओ (see 7); नृपः जयति=नृपो जयति.

37. *Visarga* preceded by आ and followed by a vowel or a soft consonant is dropped. It is also dropped when preceded by अ and followed by any vowel except अ. The two vowels, thus brought together by the dropping of *visarga*, do not coalesce; *e. g.*, नरा इमे for नराः इमे; बुध इच्छति for बुधः इच्छति.

38. स् or *visarga* preceded by any vowel except अ or आ, and followed by a vowel or a soft consonant, is changed to र्; नृपतिस्+यजति=नृपतिर्यजति.

39. *Visarga* followed by च् or छ् is changed to श्; by त् or थ् to स्; and by ट् or ठ् to ष्; as हरिश्चरति for हरिः चरति; रामस्तरति, रामष्टीकते.

40. *Visarga* followed by श्, ष् or स् is either retained

or changed to श्, ष्, or स् respectively; ऋषयः+शाम्यन्ति=ऋषयः शाम्यन्ति or ऋषयश्शाम्यन्ति.

41. सः and एषः drop the final स् or *visarga* when followed by a consonant in a sentence; स पुरुषः &c.

42. भोस् drops its स् when followed by a vowel or a soft consonant; भोस्+नृत्यम्=भो नृत्यम्.

MARATHI TRANSLATION OF THE SANDHI RULES.

संधिनियम.

गुण आणि वृद्धि.

१. इ-ईचा गुण ए, उ-ऊचा ओ, ऋ-ॠचा अर्, आणि ऌचा अल्.

२. अची वृद्धि आ, इ-ई-एची ऐ, उ-ऊ-ओची औ, ऋ-ॠची आर्, आणि ऌची आल्.

स्वरसन्धि.

३. संस्कृतांत दोन स्वर एकत्र आले असतां, त्यांचा संयोग (मिलाफ) झाल्यावांचून रहात नाहीं.

४. अशीं कांहीं विशिष्ट स्थळें आहेत, कीं तेथें दोन स्वर एकत्र आले असतांही सन्धि होत नाहीं.

५. शब्दांच्या द्विवचनी रुपाच्या अन्तीं ई, ऊ किंवा ए आल्यास, या स्वरांचा पुढील स्वरांशीं सन्धि होत नाहीं. यासंबंधीं पुढें अंक १३, ३७, व ४२ हे पहा.

६. ए, ऐ, ओ, औ, हे चार स्वर वगळून बाकीच्या कोणत्याही स्वरांपुढें ऋ आल्यास, त्याचा सन्धि न केल्यासही चालतो; आणि अशा वेळीं मागील स्वर दीर्घ असल्यास तो ऱ्हस्व होतो.

७. अ अथवा आ याच्यापुढें इ, उ, ऋ, किंवा ऌ, यांपैकीं कोणताही ऱ्हस्व किंवा दीर्घ स्वर आल्यास, दोन्ही स्वरांऐवजीं त्या स्वराचा गुण योजितात.

८. **अ** किंवा **आ** याच्या पुढें **ए** किंवा **ऐ** असल्यास **ऐ** हा **स्वर**, आणि **ओ** किंवा **औ** आल्यास **औ** हा स्वर, दोन्ही **स्वरांबद्दल** येतो.

९. ए, ऐ, ओ, औ, हे चार स्वर वगळून बाकीच्या स्वरांपैकीं कोणत्याही ऱ्हस्व किंवा दीर्घ स्वरापुढें पुन्हां तोच स्वर ऱ्हस्व किंवा दीर्घ आला, तर त्या दोन्ही **स्वरांबद्दल** तोच दीर्घ **स्वर** एकटा येतो.

१०. **इ, उ, ऋ, ऌ,** (ऱ्हस्व किंवा दीर्घ) यांच्या पुढें कोणताही असदृश (म्हणजे स्वतांहून वेगळा) स्वर आला असतां, या स्वरांऐवजीं **य्, व्, र्, ल्,** हे वर्ण अनुक्रमें येतात.

११. शब्दाच्या अन्तीं असलेल्या **ए** किंवा **ओ** यांच्यापुढें **अ** आला तर, त्या अचा **ए** किंवा **ओ** मध्यें लय होतो, म्हणजे त्याचा उच्चार होत नाहीं व तो लिही-तही नाहींत; परंतु त्याच्याऐवजीं ऽ (अवग्रह) असें चिन्ह करतात.

१२. **ए, ऐ, ओ, औ,** ह्या स्वरांपुढें कोणताही स्वर आल्यास, या स्वरांचीं **अय्, आय्, अव्, आव्,** अशीं रूपांन्तरें अनुक्रमें होतात.

१३. नामाच्या किंवा धातूच्या रुपांतील अन्त्य **ए, ऐ, ओ,** किंवा **औ,** याच्या-पुढें स्वर आल्यास, यांच्या रुपान्तरांतील **य्** आणि **व्** यांचा लोप विकल्पानें होतो, (म्हणजे पाहिजे तर असा लोप करतां येतो,) आणि असा लोप केल्यामुळें जे स्वर एकत्र येतात, त्यांचा मात्र सन्धि होत नाहीं.

व्यञ्जनसन्धि.

१४. शब्दाच्या शेवटीं अनेक व्यञ्जनें आल्यास त्यांतील पहिलें तेवढें शिल्लक राहून, पुढल्या सर्वांचा लोप होतो.

१५. **क**वर्गापासून **प**वर्गापर्यन्तच्या पांच वर्गांतील, अनुनासिक वर्ण सोडून, कोणताहि वर्ण शब्दान्तीं आल्यास त्याऐवजीं त्या वर्गांतील पहिला किंवा तिसरा येतो.

१६. अनुनासिक वर्ण सोडून, **क**वर्गापासून **प**वर्गापर्यन्तच्या पांच वर्गांतील कोणत्याही व्यंजनापुढें कठोर व्यंजन आलें असतां, मागील व्यंजनाऐवजीं त्याच्या वर्गांतील पहिलें (म्हणजे अघोष कठोर) व्यंजन येतें.

१७. अनुनासिक वर्ण वगळून, **क**वर्गापासून **प**वर्गापर्यन्तच्या पांच वर्गांतील कोणत्याही व्यंजनापुढें मृदु व्यंजन किंवा स्वर आल्यास, मागील व्यंजनाऐवजीं त्याच्या वर्गांतील तिसरें (म्हणजे अघोष मृदु) व्यंजन येतें.

१८. शब्दाच्या अन्त्य व्यंजनापुढें अनुनासिक आल्यास, त्या व्यंजनाचें विकल्पानें

त्याच वर्गातील अनुनासिक होतें. परंतु हें अनुनासिक व्यंजन जर प्रत्ययांतील असेल तर मागील व्यंजन अवश्य अनुनासिक होतें.

१९, **स्** किंवा **त** वर्गातील व्यंजन याचा **श्** किंवा **च** वर्गातील व्यंजन याशीं सन्धि करतांना **स्** बद्दल **श्** आणि **त** वर्गाबद्दल **च** वर्ग येतो; तसेंच **ष्** किंवा **ट** वर्गातील व्यंजन याशीं सन्धि करतांना **स्** बद्दल **ष्** आणि **त** वर्गाबद्दल **ट** वर्ग येतो.

२०. **त** वर्गापुढें **ल**कार आला असतां **त** वर्गाचा **ल** होतो; आणि **न्** बद्दल अनुनासिक **ल्** (म्हणजे ँल्) होतो.

२१. शब्दाच्या अन्तीं असलेल्या **ङ्**, **ण्**, **न्**, च्या मागें ऱ्हस्व स्वर असून पुढें कोणताही स्वर येईल, तर **ङ्**, **ण्**, **न्**, चें द्वित्व होतें.

२२. कठोर व्यंजनापूर्वी **च्** किंवा **ज्**चा **क्** होतो, आणि अनुनासिक वगळून इतर कोणत्याही मृदु व्यंजनापूर्वी त्याचा **ग्** होतो. हीं (म्हणजे **च्** व **ज्**) व्यंजनें शब्दान्तीं असल्यास असा फरक अनुनासिक किंवा अन्तःस्थ (म्हणजे **य्**, **व्**, **र्**, **ल्** हे अर्धस्वर) यांच्यापूर्वीही होतो.

२३. कोणत्याही स्वरापुढें **छ्** चा **च्छ्** होतो. तथापि जर तो स्वर दीर्घ असून शब्दाच्या किंवा शब्दरुपाच्या अन्तीं असेल, तर हें रुपान्तर विकल्पानें होतें. परतु **मा** या निषेधार्थक अव्ययापुढें आणि **आ** या उपसर्गापुढें हें रुपांतर अवश्य आहे.

२४. एकाच शब्दांत किंवा शब्दरुपांत **न्** च्या पुढें **श्**, **ष्**, **स्**, किंवा **ह्** आल्यास, **न्**चा अनुस्वार होतो.

२५. शब्दान्तींच्या **न्**च्या पुढें **च्**, **छ्**, **त्**, **थ्**; आणि **ट्**, **ठ्**, आल्यास **न्**चा **अनुस्वार** व **विसर्ग** होतो.

२६. एकाच शब्दामध्यें **ऋ**, **र्**, किंवा **ष्** यांच्यापुढें **न्** आला असतां, त्या **न्**चा **ण्** होतो. **ऋ**, **र्** किंवा **ष्** आणि **न्** यांच्या मध्यन्तरीं (१) स्वर, (२) **ल्** वगळून कोणताही अर्धस्वर (म्हणजे **य्**, **व्**, **र्**), (३) महाप्राण **ह्**, आणि (४) **क** किंवा **प** वर्गातील वर्ण, या चोहोंपैकीं कितीही व कोणतेही वर्ण आले, तरी **न्**चा **ण्** होतो; मात्र **न्** पदान्तीं असल्यास **ण्** होत नाहीं.

२७. **म्** पदान्तीं असून त्याच्यापुढें (१) **क** वर्गापासून **प** वर्गापर्यन्त कोणत्याहि वर्गातील वर्ण असल्यास **म्**चा अनुस्वार होतो किंवा **म्** ऐवजीं त्या वर्गातील अनुनासिक वर्ण येतो; (२) **य्**, **व्**, **ल्**, हे वर्ण आल्यास **म्**चा अनुनासिक **य्**, **व्**, **ल्**, अनुक्रमें होतो; (३) **श्**, **ष्**, **स्**, **र्**, **ह्** हे वर्ण आल्यास **म्**चा अनुस्वार अवश्य होतो.

२८. पदान्तींच्या **र्** पुढें कठोर व्यंजन असल्यास किंवा कांहींच नसल्यास **र्**चा विसर्ग होतो.

२९. **र्**च्या पुढें **र** आला असतां, त्याचा लोप होतो, व मागील स्वर (**ऋ**हून अन्य असून) ऱ्हस्व असल्यास दीर्घ होतो.

३०. अनुनासिक वर्ग वगळून, **क** वर्गापासून **प** वर्गापर्यन्तच्या पांची वर्गांतील कोणत्याही वर्गाचें कोणतेंही व्यंजन पदाच्या अन्तीं असून त्याच्यापुढें **श्** आला, तर त्या **श्**चा विकल्पानें **छ्** होतो, मात्र त्या **श्**च्या पुढें स्वर, अर्धस्वर, किंवा अनुनासिक वर्ण असला पाहिजे.

३१. **उद्** या उपसर्गापुढें **स्था** धातूच्या **स्** चा लोप होतो.

३२ अनुनासिकें वगळून, **क** वर्गापासून **प** वर्गापर्यंन्तच्या पांच वर्गांतील कोणत्याहि व्यंजनापुढें **ह्** आल्यास **ह्**चा त्या व्यंजनाच्या वर्गांतील चवथा वर्ण (म्हणजे सघोष मृदु वर्ण) विकल्पानें होतो.

३३. उपानह् शब्दांतील **ह्**चा, वरील २२ व्या नियमांत सांगितलेल्या प्रसंगीं, **त्** आणि **द्** होतो.

३४. **स्** च्यापूर्वी **अ** व **आ** हे वगळून इतर कोणताही स्वर असल्यास, किंवा **क** वर्गांतील वर्ण अथवा **र्** असल्यास, **स्**चा बहुतकरून **ष्** होतो.

३५. शब्दान्तीं **स्** येऊन त्यापुढें कोणताही वर्ण आला किंवा कांहींच आलें नाहीं, तरी **स्**चा **विसर्ग** होतो.

विसर्गसन्धि

३६. **विसर्गा**च्या मागें **अ** असून, जर पुढें **अ** अथवा कोणतेंही मृदु व्यंजन आलें असेल, तर त्या विसर्गाचा **उ** होतो, आणि हा **उ** (नियमाङ्क ७ प्रमाणें) मागील **अ**शीं संयोग पावून **ओ** होतो.

३७. **विसर्गा**च्या मागें **आ** असून, जर पुढें कोणताही स्वर किंवा मृदु व्यंजन आलें असेल, तर त्या विसर्गाचा लोप होतो. तसेंच, विसर्गाच्यामागें **अ** असून, पुढें **अ** शिवाय कोणताही स्वर आला, तरीही त्या विसर्गाचा लोप होतो. परंतु अशा विसर्गलोपामुळें जे स्वर बाकी राहून एकत्र येतात, त्यांचा संधि होत नाहीं.

३८. **स्**च्या किंवा विसर्गाच्या मागें **अ–आ** शिवाय कोणताही स्वर असून, त्याच्यापुढें एकादा स्वर किंवा मृदु व्यंजन आलें, तर त्या **स्**चा अथवा विसर्गाचा **र्** होतो.

३९. विसर्गाच्या पुढें च्, छ् आल्यास विसर्गाचा श् होतो, त्, थ् आल्यास स् होतो, आणि ट्, ठ् आल्यास ष् होतो.

४०. विसर्गाच्या पुढें श्, ष्, स् आल्यास, तो विसर्ग अविकृत राहतो, किंवा त्याचा अनुक्रमें श्–ष्–स् विकल्पानें होतो.

४१. वाक्यामध्यें सः आणि एषः या शब्दरूपांतील अन्त्य स्च्या किंवा विसर्गाच्यापुढें कोणतेंही व्यंजन आल्यास, त्या स्चा किंवा विसर्गाचा लोप होतो.

४२ भोस् या शब्दापुढें कोणताही स्वर किंवा मृदु व्यंजन आलें असतां स्चा लोप होतो.

Notes. टिप्पणी.

4 The cases in which two vowels coming together do not coalesce, are called *pragrihya.* (जेथें दोन स्वर एकत्र येऊनही त्यांचा संधि होत नाहीं, त्या स्थळाला प्रगृह्य म्हणतात.)

28. If the ऱ् is followed by a vowel or a soft consonant, it is taken as र् and combined with the following letter. (जर या ऱ् च्या पुढें एकादा स्वर किंवा मृदु व्यंजन आलें तर तो र्च समजून त्याचा पुढील अक्षरांशीं संधि करावा.) As, पुनरागमनम् । पुनर्जीवनम् । मातर्भवानि ।

29. This rule is also applicable to ढ्. (हा नियम ढ्लाही लागू आहे.) As, लिढ्+थ=लिढ्+ढ=लीढ.

30. This rule is also applicable if the श् is followed by ह्. (श् च्या पुढें ह् आल्यासही हा नियम लागू आहे.)

We reproduce below the rules of Syntax noted in the Appendix to the First Book, together with their translations.

SYNTAX.

1. There are some roots that govern two accusatives; नी, प्रच्छ् and याच् are instances. The synonyms of these also govern two; सैनिकान् नगरं नयति.

2. कथ् sometimes govern two accusatives, or the

indirect object may be in the dative or genitive case; नृपं, नृपाय or नृपस्य कथयति वार्ताम्.

3. Verbs implying motion govern the accusative, and sometimes the dative, of the place to which the motion is directed; नगरं or नगराय गच्छामि.

4. **विना** governs an accusative, instrumental or ablative. वधं, वधेन, or वधाद् विनारिर्न शाम्यति.

5. **सह** governs the instrumental; पुत्रैः सह.

6. **रुच्** and other verbs having the same sense govern the dative of the person or thing pleased or satisfied; मोदको बालकाय रोचते.

7. Verbs implying anger, malice, rivalry and jealousy (*i. e.*, having the sense of **क्रुध्**, **द्रुह्**, **ईर्ष्या** and **असूया**) govern the dative of the person or thing against whom or which the feeling is directed; हरये कुप्यति. **स्पृह्** also governs the dative of the object of wish; मोदकेभ्यः स्पृहयति.

8. **धृ** in the sense of 'to owe' governs the dative of the person to whom something is owing; निष्कान् धारयति रामाय.

9 **नमः** and **स्वाति** govern the dative; नमो देवेभ्यः.

10. **च** or **वा** is used after each of the parts of speech joined together, or once only, that is, after them all: हरिश्च गोविन्दश्च or हरिर्गोविन्दश्च जल्पतः

वाक्यरचना.

१. कांहीं धातु दोन कर्में घेतात; उदाहरणार्थ, **नी**, **प्रच्छ्**, **याच्**. या धातूंचे समानार्थक धातुही दोन कर्में घेतात.

२. **कथ्** धातूचा कित्येक वेळां दोन कर्मांशीं प्रयोग होतो, किंवा गौणकर्म चतुर्थ्यन्त किंवा षष्ठ्यन्त योजण्यांत येतें.

३. गतिदर्शक धातूंचा ज्या स्थळाकडे किंवा पदार्थाकडे गतीचा रोख असेल, त्याच्या द्वितीयेशीं, आणि कधीं कधीं चतुर्थीशीही प्रयोग होतो.

४. **विना** या अव्ययाचा द्वितीया, तृतीया, किंवा पंचमी, या विभक्तींशीं प्रयोग होतो.

५. **सह**चा तृतीयेशीं प्रयोग होतो.

६. **रुच्** व त्याशीं समानार्थक असलेले धातु, यांचा ज्याला आवड असेल त्याच्या चतुर्थीशीं प्रयोग होतो.

७ **क्रुध्**, **द्रुह्**, **कुप्**, हीं क्रियापदें व यांसारखींच दुसरीं राग, द्वेष, मत्सर, हेवा, हे विकार दर्शविणारीं क्रियापदें, यांचा प्रयोग, हे विकार ज्या व्यक्तीविरुद्ध किंवा वस्तूविरुद्ध उत्पन्न झाले असतील, त्या व्यक्तिदर्शक किंवा वस्तुदर्शक नामाच्या चतुर्थीबरोबर होतो. **स्पृह्** धातूचाही इच्छाविषय दर्शविणाऱ्या नामाच्या चतुर्थी-बरोबर प्रयोग होतो.

८. **धृ** (देणें असणें) या धातूचा धनको दाखविणाऱ्या नामाच्या चतुर्थीबरोबर प्रयोग होतो.

९. **नमः** व **स्वस्ति** या अव्ययांचा चतुर्थीबरोबर प्रयोग होतो.

१०. **च** किंवा **वा**, हीं अव्ययें त्यांनीं जोडलेल्या प्रत्येक शब्दापुढें योजण्यांत येतात; अथवा अशा जोडलेल्या शब्दांपैकीं फक्त शेवटच्या शब्दापुढें त्यांचा प्रयोग एकदांच केला तरी चालतो.

ADDITIONAL RULES. अधिक नियम.

11. **अपि** (even), **इव** (like, as), **एव** (only), **च**, **वा**, **पुनर्** (again) and **तु** (but)–these particles are never used at the beginning of a sentence, nor are they used before the word with which they are connected (अपि, इव, एव, च, वा, पुनर्, आणि तु, या अव्ययांचा प्रयोग वाक्याच्या आरंभीं कधींही होत नाहीं: त्याचप्रमाणें त्यांचा ज्या शब्दांशीं अन्वय व्हावयाचा असतो, त्या शब्दांपूर्वीं तीं योजण्यांत येत नाहींत.) *e. g.* उदारस्य वित्तं तु तृणमिव शूरस्यापि च मरणं तृणमिव । तातस्य वचनं स्मरसि तथा तु नाचरसि । तातस्य वचनं स्मरसि किन्तु तथा नाचरसि ।

12. To express negation अ is prefixed to words beginning with a consonant and अन् to words beginning with

a vowel. (व्यंजनारंभित शब्दांना **अ** व स्वरारंभित शब्दांना **अन्** हा **न**कारार्थी किंवा विरुद्धार्थी आगम आरंभीं लावण्यांत येतो.) e. g. विनयः--अविनयः । ऋणम्-अनृणम् । ऋतम्-अनृतम् । उदारः-अनुदारः ।

13. प्र + मद् (to err, to fall off,) is used with the ablative of that in which one has erred or from which one has fallen off. (प्र+मद् या धातूचा ज्या गोष्टींत चूकभूल झाली असेल तिच्या पंचमीशीं प्रयोग होतो.) e g. शुभादाचारान्मा प्रमाद्य ।

14. A noun with a participial adjective qualifying it, is used in the locative or genitive absolutely; the locative absolute generally shows the time at which certain other event takes place. (कधीं कधीं नाम व त्याचे धातुसाधित विशेषण यांचा प्रयोग अन्वयहीन षष्ठी किंवा सप्तमी विभक्तींत होतो. अशा अनन्वित सप्तमीनें त्या क्रियेशीं मुख्य वाक्यांतील क्रिया समकालीन किंवा उत्तरकालीन आहे असें दाखविलें जातें. हिला **सतिसप्तमी** म्हणतात.) Thus, दिनेषु गच्छत्सु नारायणः पण्डितोऽभवत्=As days went on (or days having elapsed) नारायण became learned. नृपे मृते महिषी प्राणानत्यजत्=The king being dead (or when the king died) his queen abandoned her life. The genitive absolute has the sense of " notwithstanding, " " although " or " in spite of ". (अनन्वित षष्ठीनें दुसरी क्रिया तिच्याशीं समकालीन आहे व विशेषतः ह्या दुसऱ्या क्रियेंत पहिल्या क्रियेबद्दल अनादर आहे असें दर्शविलें जातें.) Thus, गुरोः पश्यतः शिष्येणाविनयः कृतः=Notwithstanding that the teacher was looking on (or in spite of the teacher looking on) the pupil acted rudely.

15. **भवत्** (pro.) means " your honour " (भवती f), but it is always used in the third person. [भवत्=आपण, तुम्ही, (भवती स्त्री०) या सर्वनामाचा अर्थ जरी द्वितीय पुरुषी आहे, तरी तें वाक्यरचनेला तृतीय पुरुषीच गणलें जातें.] e. g. त्वं वनं गच्छ । But भवान् वनं गच्छतु ।

16. आत्मन् as a reflexive pronoun is always used in the masculine gender and singular number. (आत्मन्= आपण, स्वतः, या सर्वनामाचा प्रयोग नेहमीं पुल्लिंगी एकवचनीच होत असतो.); e.g. आत्मानं बहु मन्यन्ते ताः प्रमदाः=Those young women think highly of themselves. (त्या तरुण स्त्रिया स्वतांला फार मोठ्या समजतात.) Here आत्मानम् is masculine and singular, although प्रमदाः is feminine and plural. (येथें प्रमदाः हें नाम स्त्रीलिंगी व वहुवचनी असूनही आत्मानम् हें पुल्लिंगी व एकवचनीच आहे.)

Lessons. I-IV.

Sanskrit Roots are divided into 10 groups called गणs or conjugations. In almost every conjugation a root has a certain termination added to it; this termination is called the conjugational sign. In some cases the conjugational sign causes some vowel changes in the root; in such a case the sign is said to be strong; otherwise, it is called weak. The root with the conjugational sign forms the Base (अंग) to which are added the terminations of tenses and moods. (संस्कृतांतील धातूंचे दहा वर्ग करतात; यांस ' गण ' म्हणतात. वहुशः प्रत्येक गणांत धातूला एक प्रत्यय लावण्यांत येतो, त्याला ' गणप्रत्यय ' असें नांव आहे. कांहीं गणप्रत्ययांमुळें धातूंतील स्वरांमध्यें विकार होतात; अशा प्रत्ययांस ' कठोर ' किंवा ' विकारी ' म्हणतात; इतरांना ' मृदु ' किंवा ' अविकारी ' ही संज्ञा आहे. धातूला गणप्रत्यय लागून जें रूप तयार होतें, त्याला ' अंग ' म्हणतात, आणि या अंगाला काळांचे व अर्थांचे प्रत्यय जोडण्यांत येतात.)

In this book the roots of 1st, 4th, 6th, and 10th conjgations only are treated, and the following table gives their conjugational signs, stating which of them are strong and which are weak. (या पुस्तकांत फक्त पहिला, चवथा, सहावा, व दहावा इतक्या गणांतीलच धातूंचा विचार केला आहे; आणि पुढील

कोष्टकांत या गणांचे प्रत्यय असून, त्यांतील कोणते 'विकारी' व कोणते 'अविकारी' आहेत तें दर्शविलें आहे.)

Conj. गण.	Conj. sign. गणप्रत्यय.	strong or weak. विकारी व अविकारी.
1st. १ ला.	अ	विकारी
2nd. २ रा.	none	—
4th. ४ था.	य	अविकारी
6th. ६ वा.	अ	अविकारी
10th. १० वा.	अय	विकारी

CHANGES BEFORE THE STRONG CONJUGATIONAL SIGNS.

(विकारी गणप्रत्ययांपूर्वी धातूंस होणारे विकार)

(1st conj. प्रथम गण.) Before the conjugational sign (अ) the final vowel or penultimate short vowel of a root takes गुण. [गणप्रत्ययापूर्वी (म्हणजे 'अ' पूर्वी) धातूंतील अन्त्य स्वर किंवा उपान्त्य ऱ्हस्व स्वर 'गुण' घेतो.]

(10th conj. दशम गण.) Before the conjugational sign (अय) (i) the final vowel or penultimate अ of a root takes वृद्धि, (ii) the penultimate short vowel (excepting अ) takes गुण. Some roots like गण्, कथ्, रच्, प्रथ्, are exceptions to (i), i. e. their अ does not take वृद्धि; and some roots like स्पृह्, मृग्, are exceptions to (ii), i. e. their penultimate short vowel (ऋ) does not take गुण. (गणप्रत्यय 'अय' याच्यापूर्वी धातूंतील (१) अन्त्य स्वर किंवा उपान्त्य अ 'वृद्धि' घेतो; अथवा (२) उपान्त्य ऱ्हस्व स्वर ('अ' शिवाय करून) 'गुण' घेतो. गण्, कथ्, रच्, प्रथ्, यांसारखे कांहीं धातु (१) ला अपवाद आहेत, म्हणजे त्यांचा उपान्त्य अ 'वृद्धि' पावत नाहीं; आणि स्पृह्, मृग् यांसारखे कांहीं धातु (२)-ला अपवाद आहेत, म्हणजे त्यांचा उपान्त्य ऱ्हस्व स्वर (ऋ) 'गुण' घेत नाहीं.)

For *Guna* and *Vridhhi* see Nos. I & 2 under *Sandhi* Rules. (गुण व वृद्धि यांच्या माहितीसाठीं संधिनियमाङ्क १ व २ पहा.)

In Sanskrit verbs have (1) tense and mood, (2) voice, (3) person, and (4) number. There are three persons–first, second, and third; and three numbers–singular, dual, and plural. The dual number shows two, and plural more than two. (संस्कृत क्रियापदांना (१) काळ व अर्थ, (२) प्रयोग, (३) पुरुष, व (४) वचन, हीं असतात. पुरुष तीन आहेत. प्रथम, द्वितीय, आणि तृतीय. वचनें तीन आहेत; एकवचन, द्विवचन, व बहुवचन. द्विवचन दोन संख्या दाखवितें, आणि बहुवचन दोहोंहून अधिक संख्या दाखवितें.) Besides, there are two sets of terminations for all tenses and moods, one of them is called the परस्मैपद and the other आत्मनेपद. Some roots take only the first, some only the second, and others both, and they are called परस्मैपदी, आत्मनेपदी, and उभयपदी respectively. (शिवाय, संस्कृतांत काळांच्या व अर्थांच्या प्रत्ययांचे दोन संच आहेत, त्यांपैकीं एकास परस्मैपद व दुसऱ्यास आत्मनेपद अशा संज्ञा आहेत. कांहीं धातु पहिलें पद, कांहीं दुसरें, आणि कांहीं दोन्ही पदें घेतात, आणि त्यांस अनुक्रमें परस्मैपदी, आत्मनेपदी, व उभयपदी धातु म्हणतात.)

SPECIAL RULES OF INTERNAL SANDHI.

(अन्तःसंधीचे विशेष नियम.)

(i) The final अ of a verbal base is dropped before a termination beginning with अ. (अकार ज्यांच्या आरंभीं आहे, अशा प्रत्ययांपूर्वी धातूंच्या अंगाच्या अन्त्य अचा लोप होतो.)

(ii) The final अ of a base becomes आ before a termination beginning with म् or व्. (म् किंवा व् ज्यांच्या आरंभीं आहे अशा प्रत्ययांपूर्वी अंगाच्या अन्त्य अचा आ होतो.

परस्मैपदी { Terminations of the Present Tense. (वर्तमान काळाचे प्रत्यय.)

Person पुरुष		Sing ए. व.	Dual द्वि. व.	Plural ब. व.
1st	प्रथम	मि	वस्	मस्
2nd	द्वितीय	सि	थस्	थ
3rd	तृतीय	ति	तस्	अन्ति

APPLICATION OF THE ABOVE GRAMMAR PORTION.

(वरील व्याकरणभागाचीं उदाहरणें).

Roots & Conj.	Conj. Sign.	Changes	Base	Some Termi.	Forms.
धातु व गण.	गण-प्रत्यय	विकार	अंग	कांहीं प्रत्यय.	रूपें. [बोधन्ति
बुध् १	अS.	बोध्+अ	बोध	मि, वस्, अन्ति	बोधामि, बोधावः ii 35.*
भू १	,,	भो+अ	भव12	,, ,, ,,	भवामि, भवावः, भवन्ति
गम् (गच्छ्) १	,,	गच्छ्+अ	गच्छ	,, ,, ,,	गच्छामि, गच्छावः, गच्छन्ति
सृ १	,,	सर्+अ	सर	,, ,, ,,	सरामि, सरावः, सरन्ति
नी १	,,	ने+अ	नय१२	सि, मस्, तस्	नयसि,नयामः ii35,नयतः35

*The numbers are of *Sandhi* Rules. (आंकडे संधिनियमाचे आहेत.)

नश्४	यW.नश्+य	नश्य	सि,मस्,तस्	नश्यसि, नश्यामः, नश्यतः
मुह् ४	,, मुह्+य	मुह्य	,, ,, ,,	मुह्यसि, मुह्यामः, मुह्यतः
प्रच्छ्(पृच्छ्)६अW.पृच्छ्+अ		पृच्छ	,, ,, ,,	पृच्छसि, पृच्छामः, पृच्छतः
स्पृश् ६	अW.स्पृश्+अ	स्पृश	,, ,, ,,	स्पृशसि, स्पृशामः, स्पृशतः.
घुष् १०	अयS घोष्+अय	घोषय	,, ,, ,,	घोषयसि, घोषयामः, घोषयतः.
तड् १०	,, ताड्+अय	ताडय	ति,थस्,अन्ति	ताडयति, ताडयथः 35, ताडयन्ति ।
पीड् १०	,, पीड्+अय	पीडय	,, ,, ,,	पीडयति, पीडयथः, पीडयन्ति.
पा (पिब्) १	अS पिब्+अ	पिब	,, , ,,	पिबति, पिबथः, पिबन्ति.
सिच्(सिञ्च्)६अWसिञ्च्+अ		सिञ्च	,, ,, ,,	सिञ्चति, सिञ्चथः, सिञ्चन्ति.

ROOTS OF THE 2nd CONJ. (दुसऱ्या गणाचे धातु).

अस् (to be)—अस्मि, स्वः, स्मः, । असि, स्थः, स्थ । अस्ति, स्तः, सन्ति, ।
अद् (to eat)—अद्मि, अद्वः, अद्मः । अत्सि, अत्थः, अत्थ । अत्ति, अत्तः, अदन्ति ।

\+ \+ \+ \+

Students should learn by heart the model forms given on page 11 of the First Book, and similarly conjugate other roots, forming the correct base in each case. (पहिल्या पुस्तकाच्या ११ व्या पानावर नमुन्यासाठीं दिलेलीं धातुरूपें विद्यार्थ्यांनीं पाठ करावीं, आणि त्यांच्या धोरणावर इतर धातु चालवावे; मात्र धातु चालविण्यापूर्वी त्याचें अंग नियमानुसार बरोबर सिद्ध केलें पाहिजे.)

LESSON I.

I speak (मी बोलतों). Thou protectest (तूं रक्षण करतोस). He, she or it falls (तो, ती किंवा तें पडतें). Thou knowest (तूं जाणतोस-तेस-तेंस). Thou movest (तूं हलतोस). I carry (मी नेतों). Thou dwellest (तूं रहातोस). I move (मी सरतों). He goes (तो जातो). I eat (मी खातों). He carries (तो नेतो).

I know (मी जाणतों). He becomes (तो होतो). He eats (तो खातो). He is (तो आहे).

वदसि । वदति । गच्छसि । गच्छामि । वसति । वसामि । पतसि । चलसि । बोधति । नयसि । सरति । भवामि । अस्ति । अस्मि । असि । जीवति । त्यजति । नमसि । पचामि । दहसि । रक्षामि । चलति । जीवामि । पचति । त्यजामि ।

Lesson II.

We speak (आम्ही बोलतों). They go (ते जातात). You know (तुम्ही जाणतां). We carry (आम्ही नेतों). You become (तुम्ही होतां). They Dwell (ते रहातात). You are (तुम्ही आहां). They eat (ते खातात). We burn (आम्ही जाळतों). They are (ते आहेत). You live (तुम्ही जिवंत आहां). They bow (ते नमस्कार करतात). We nourish (आम्ही पोसतों). They perish (ते नष्ट होतात). You dance (तुम्ही नाचतां). We faint (आम्ही मोह पावतों). They covet (ते लोभ पावतात). We touch (आम्ही शिवतों). You create (तुम्ही उत्पन्न करतां). They wish (ते इच्छितात). You ask (तुम्ही विचारतां). We leave (आम्ही सोडतों). They enter (ते शिरतात).

वदथ । गच्छामः । बोधन्ति । नयथ । भवन्ति । वसामः । अस्थ । स्मः । दहन्ति । जीवामः । तुदन्ति । जीवथ । पुष्यन्ति । नश्यामः । नृत्यन्ति । मुह्यथ । लुभ्यामः । स्पृशन्ति । जयामः । हरथ । पश्यन्ति । अस्यामः । पिबामः । यजथ । वहन्ति । स्मरामः । क्षिपथ । श्लिष्यन्ति । तुष्यामः । शुष्यन्ति । लुठ्यथ । सिञ्चथ ।

Lesson III.

We two steal (आम्ही दोघे चोरतों). You two give pain (तुम्ही दोघे दुःख देतां). They two tell (ते दोघे सांगतात). We two count (आम्ही दोघे मोजतों). We two publish (आम्ही दोघे प्रसिद्ध करितों). They two arrange (ते दोघे रचितात). We two eat

(आम्ही दोघे खातों). You two proclaim (तुम्ही दोघे जाहीर करतां). We two desire (आम्ही दोघे इच्छा करितों). They two contemplate (ते दोघे विचार करितात). You two please (तुम्ही दोघे खूष करितां). They two go (ते दोघे जातात). We two carry (आम्ही दोघे नेतों). They two enter (ते दोघे शिरतात). You two bow (तुम्ही दोघे नमस्कार करतां). We two remember (आम्ही दोघे आठवतों). You two conquer (तुम्ही दोघे जिंकतां). They two perish (ते दोघे मरतात). We two dance (आम्ही दोघे नाचतों). They two wish (ते दोघे इच्छितात). They two are (ते दोघे आहेत).

चोरयथः । पीडयतः । कथयावः । गणयथः । पश्यतः । रचयावः । स्पृहयथः । घोषयतः । चिन्तयावः । प्रथयथः । प्रीणयतः । निन्दावः । कुप्यथः । कृषतः । पूजयावः । अटथः । क्षुभ्यतः । उञ्छावः । वर्णयतः । श्लिष्यावः । जल्पथः । सान्त्वयतः । शंसावः । वदथः । भवतः । पचथः । बोधावः । अत्तः । तुष्यावः । लुभ्यथः । लुब्यतः । स्पृशावः । पृच्छथः ।

Lesson IV.

Thou speakest (तूं बोलतोस). You dwell (तुम्ही राहतां). We know (आम्ही जाणतों). He protects (तो रक्षितो.). I fall (मी पडतों). They lead (ते नेतात). You two eat (तुम्ही दोघे खातां). They are (ते आहेत). Thou perishest (तूं नाश पावतोस). He dances (तो नाचतो). We enter (आम्ही शिरतों). You two ask (तुम्ही दोघे विचारतां). He is silly (तो वेडगळ आहे). I wish (मी इच्छितों). You leave (तुम्ही सोडतां). He touches (तो शिवतो). You remember (तुम्ही स्मरतां). They two bear (ते दोघे वहातात). He sprinkles (तो शिंपडतो). They wallow (ते लोळतात). I am satisfied (मी संतुष्ट आहें). You two throw (तुम्ही दोघे फेंकतां). I tell (मी सांगतों). You praise (तुम्ही स्तुति करितां).

Thou beatest (तूं मारतोस). They grow (ते वाढतात). He **worships** (तो पूजा करितो). I stand (मी उभा राहतों). You **desire** (तुम्ही इच्छितां). He washes off (तो धुतो). They two **waste away** (ते दोघे झिजतात). I eat (मी खातों). We live (आम्ही रहातों). You abandon (तुम्ही सोडतां). They cook (ते रांधतात). I nourish (मी पोसतो). They two take away (ते दोघे हरण करितात). Thou conquerest (तूं जिंकतोस). They drink (ते पितात). We two see (आम्ही दोघे पाहतों). He calls (तो बोलाबितो). They give pain (ते दुःख देतात). We worship (आम्ही पूजितों). I am weary (मी थकलों आहें). You proclaim (तुम्ही जाहीर करतां). He counts (तो मोजतो). We plough (आम्ही नांगरतों). They melt (ते वितळवितात). He thinks (तो विचार करतो).

पुष्यति । नृत्यामि । लुभ्यथ । विशति । इच्छसि । यजामि or पूजयामि । पीडयासि । रोहति । । ह्वयामः । मुह्यति । तुष्यन्ति । जयामि । गच्छथ । श्राम्यसि । स्पृहयामि । पिबावः । दहथः । क्षालयन्ति । क्षयति । कथयति । तोलयति । चोरयन्ति । रचयथ । घोषयति । स्मरामि । वसतः । हरामः । कथयथ । स्पृशसि । वाञ्छन्ति । गच्छथः । चोरयति । स्वः । प्रीणयसि । विशामि । ताडयन्ति । पचावः । यजथ ।

Lessons V-IX.

In Sanskrit nouns have gender, number, and case. The gender of a noun is fixed by usage. There are three numbers-singular, dual, and plural. (संस्कृतांत नामाला लिंग, वचन, व विभक्ति, हीं असतात. नामाचें लिंग वहिवाटीनें ठरलेलें असतें. वचनें तीन आहेत–एकवचन, द्विवचन, आणि बहुवचन.)

There are seven cases: Nominative (nom.), Accusative (acc.), Instrumental (ins.), Dative (dat.), Ablative (abl.) Genitive (gen.), Locative (loc.), and Vocative (voc.). The nominative is generally the subject of a verb, and the accusative its object. The instrumental shows the means, instrument, or agent of an action. The dative shows the person or thing towards whom or which the action is directed. The ablative indicates separation; the genitive, ownership or some relation; and the locative, time and place. The meanings of the several cases are expressed in English, by the words shown below:—

Ins.—by, with, through, by means of, etc.

Dat.—to, towards, for, for the sake of, with the intention of, etc.

Abl.—from, away from, out of, than, etc.

Gen.—of, out of, belonging to, etc.

Loc.—in, on, upon, over, at, in place of, etc.

विभक्त्या सात आहेत; प्रथमा (प्र०), द्वितीया (द्वि०), तृतीया (तृ०), चतुर्थी (च०), पंचमी (पं०), षष्ठी (ष०), सप्तमी (स०), संबोधन (सं०). प्रथमा ही बहुशः क्रियेचा कर्ता दाखविते, व द्वितीया कर्म दाखविते. तृतीयेनें क्रियेच्या साधनाचा, रीतीचा, करणाचा, वगैरे बोध होतो. क्रिया कोणासाठीं किंवा कोणाच्या उद्देशानें होत आहे हें चतुर्थी सांगते. पंचमीवरून अपादान (=वियोग, ताटातूट), षष्ठीवरून स्वामित्व किंवा कांहीं संबंध, आणि सप्तमीवरून स्थलकाल हीं समजतात. या निरनिराळ्या विभक्त्यांचे अर्थ मराठींत त्या त्या विभक्तीनेंच दर्शविले जातात, किंवा खालील शब्दांचाही उपयोग केला जातो:--

तृ०–द्वारें, मुळें इ०; च०–करितां, साठीं, कडे, इ०; पं०–पासून, पेक्षां, उद्देशें, योगें, इ०; स०–आंत, खालीं, वर, ठायीं, ठिकाणीं, इ०).

CASE TERMINATIONS (विभक्ति प्रत्यय).

<table>
<tr><th>Case
विभक्ति</th><th colspan="2">For nouns ending in अ.
('अ'कारान्त शब्दांकरितां)</th><th colspan="2">For nouns ending in इ.
('इ'कारान्त शब्दांकरितां)</th></tr>
<tr><td></td><td>Mass. पुल्लिंगी.
S. D. P
ए. द्वि. ब.</td><td>Neu. नपुंसक.
S. D P.
ए. द्वि ब.</td><td>Mass. पुल्लिंगी
S. D. P.
ए. द्वि. ब.</td><td>Neu नपुंसक.
S D. P.
ए. द्वि. ब.</td></tr>
<tr><td>Nom
प्र.</td><td>स् औ अस्</td><td>म् ई आनि</td><td>स् – अस्</td><td>– ई इ</td></tr>
<tr><td>Acc.
द्वि.</td><td>म् औ आन्</td><td>म् ई आनि</td><td>म् – न्</td><td>– ई इ</td></tr>
<tr><td>Ins.
तृ.</td><td colspan="2">S. D. P.
इन भ्याम् ऐस्</td><td>ना भ्याम् भिस्</td><td>आ भ्याम् भिस्</td></tr>
<tr><td>Dat.
च.</td><td colspan="2">य भ्याम् भ्यस्</td><td>ए भ्याम् भ्यस्</td><td>ए भ्याम् भ्यस्</td></tr>
<tr><td>Abl.
पं.</td><td colspan="2">आत् भ्याम् भ्यस्</td><td>अस् भ्याम् भ्यस्</td><td>अस् भ्याम् भ्यस्</td></tr>
<tr><td>Gen.
ष.</td><td colspan="2">स्य ओस् नाम्</td><td>अस् ओस् नाम्</td><td>अस् ओस् नाम्</td></tr>
<tr><td>Loc.
स.</td><td colspan="2">इ ओस् सु</td><td>औ ओस् सु</td><td>इ ओस् सु</td></tr>
<tr><td>Voc.
सं.</td><td>S. D. P.
– औ अस्</td><td>S. D. P.
– ई आनि</td><td>– – अस्</td><td>– ई इ</td></tr>
</table>

In adding these case-terminations the following special Internal *Sandhi* Rules should be applied in addition to those already given. (हे विभक्तिप्रत्यय नामांना लावण्यापूर्वी मागें दिलेल्या संधिनियमांशिवाय आणखीं पुढील अन्तःसंधिनियमही लावण्यांत यावे.)

SPECIAL RULES APPLICABLE TO NOUNS ENDING IN अ.

(अ–कारान्त नामांस लावण्याचे विशेष नियम.)

(i) The final अ of the noun is lengthened before भ्याम् and य; (नामाचा अन्त्य ‘ अ ’ ‘ भ्याम् ’ व ‘ य ’ पूर्वी दीर्घ म्ह० ‘ आ ’ होतो.) वायस–वायसाभ्याम् । कमल–कमलाय ।

(ii) The final अ of the noun is changed to ए before भ्यस् and ओस्. (नामाचा अन्त्य ‘ अ ’ ‘ भ्यस् ’ व ‘ओस्’ पूर्वी ‘ ए ’ होतो.) दुःख–दुःखेभ्यः । बुध+ओस्=बुधे+ओस्=बुधय्+ओस् (S. R. 12.)=बुधयोः । हृदय–हृदययोः । समुद्र-समुद्रयोः ।

SPECIAL RULES APPLICABLE TO NOUNS ENDING IN इ.

(इ–कारान्त नामांस लावण्याचे विशेष नियम.)

(a) Masculine nouns (पुल्लिंगी नामें).

(i) The final इ is lengthened in nom. and acc. dual and before the न् of acc. plural (प्र० व द्वि० विभक्तींच्या द्विवचनांत व द्वि० विभक्तीच्या अनेकवचनीं ‘ न् ’ पूर्वी ‘ इ ’ दीर्घ होते). हरि–हरी । नृपति–नृपतीन् ।

(ii) The final इ of the noun is *gunated* before अस्, and ए and in vocative sing. The ‘ अ ’ of Abl. and Gen. sing. अस् is dropped before ए. (नामाच्या अन्त्य ‘ इ ’ चा ‘ अस् ’ व ‘ ए ’ पूर्वी आणि संबोधनी एकवचनांत गुण होतो; पं० व ष० विभक्तींच्या एकवचनी ‘ अस् ’च्या ‘ अ ’चा एपूर्वी लोप होतो.) व्याधि–व्याधयः 12 । उदधि–उदधये । मणि–मणेः । राशि–राशेः ।

(iii) The final इ of the noun is dropped before औ. (‘ औ ’ पूर्वी नामाच्या अन्त्य ‘ इ ’ चा लोप होतो) मणि–मणी.

(b) Neuter nouns (नपुंसकलिंगी नामें)

(i) न् is added to the noun before terminations beginning with a vowel. (इ–कारान्त नपुंसकलिंगी नामांना स्वरारंभित प्रत्ययांपूर्वी ‘ न् ’ लागतो.) वारि–वारिन्+ई=वारिणी 26. वारिन्+अस्=वारिणः 26,35.

(ii) इ is lengthened in nom. and acc. plurals. (प्र० व द्वि० बहुवचनांत ‘ इ ’ दीर्घ होते.) वारि–वारीन्+इ=वारीणि 26.

(iii) In voc. sing. इ is optionally *gunated* (संबोधनाच्या एकवचनांत ‘ इ ’ चा विकल्पाने गुण होतो.) वारि–वारि, वारे ।

Special rule applicable to all nouns—

The final vowel is lengthened before नाम् of Gen. plural. (षष्ठीच्या बहुवचनी ‘ नाम् ’ च्या पूर्वी अन्त्य स्वर दीर्घ होतो.) बालक–बालकानाम् । फल–फलानाम् । उदधि–उदधीनाम् । ग्राम–ग्रामाणाम् 26.

In Sanskrit adjectives take the gender and number of the nouns they qualify. (संस्कृतांत विशेषणें विशेष्याचेंच लिंग व वचन घेतात) Adjectives ending in अ and इ are declined exactly like the nouns ending in अ and इ respectively. (अकारान्त व इकारान्त विशेषणें अकारान्त व इकारान्त नामाप्रमाणेंच हुबेहूब चालतात.)

Students should learn by heart the model declensions given on pages 34–35 of the First Book, and decline nouns and adjectives ending in अ and इ after them. (पहिल्या पुस्तकाच्या ३४–३५ पानांवर दिलेलीं रूपें विद्यार्थ्यांनीं पाठ करावी, व त्यांच्या धोरणावर अकारान्त व इकारान्त नामांचीं व विशेषणांचीं रूपें बनवावीं.).

Lesson V.

The figures given within brackets are the numbers of rules given in the Appendix of the First Book.

A king conquers (राजा जिंकतो) (नृपः जयति 36). Two horses jump (दोन घोडे उडी मारतात) (अश्वौ उत्पततः 12). People speak (लोक बोलतात) (जनाः वदन्ति 37). A child desires

(मूल इच्छितें). Houses protect (घरें रक्षण करितात). Two eyes see (दोन डोळे पहातात). A cloud sprinkles (मेघ शिंपडतो). Two wise men leave (दोन शहाणे मनुष्य सोडतात). The wind takes away (वारा घेऊन जातो). Happiness pleases (सुख संतुष्ट करितें) (सुखम् प्रीणयति 27). An animal loses sense (जीव मोह पावतो). Two hands take away (दोन हात घेऊन जातात). Mouths become wet (तोंडें ओलीं होतात). Misery gives pain (दुःख पीडा देतें). Rama worships (राम पूजा करतो). Two sons are satisfied (दोघे पुत्र संतुष्ट होतात). Water dries (पाणी शोषतें). Two fools get angry (दोन मूर्ख रागावतात). A tortoise moves (कांसव सरतें). Two fruits fall (दोन फळें पडतात). Wealth perishes (धन नाहींसें होतें). Men go (मनुष्यें जातात) (नराः गच्छन्ति 37). Two lotuses dance (दोन कमळें नाचतात). Friends tell (मित्र सांगतात). A cook enters (आचारी आंत येतो). The sea becomes calm (समुद्र शांत होतो)

नृपा रक्षन्ति (37) । बालकौ लुभ्यतः । पुत्रः प्रीणयति । अश्वा उत्पतन्ति (37) । नवना वहन्ति (37) । ईश्वरः सृजति or ईश्वरस्सृजति (40) । वृक्षा रोहन्ति (37) । कूर्मौ सरतः । जीवा नश्यन्ति (37) । हस्तोऽस्यति (36,11) । अनलो दहति (37) । नेत्रं स्फुरति (27) । समुद्रौ क्षुभ्यतः । बुधः शाम्यति or बुधश्शाम्यति (40) । मूर्खा जल्पन्ति (37) । मित्रं पृच्छति (27) । पर्णानि पतन्ति । हृदयं तुष्यति (27) । सूदाः पचन्ति । जना निन्दन्ति (37) । जनः or जनश्शंसति (40) । कमलं भूषयति (27) । मुखं वदति (27).

The ocean is agitated (महासागर खवळला आहे). Monkeys throw (वानर फेंकतात). Two sages contemplate (दोन ऋषि विचार करतात.). An enemy gives pain (शत्रु पीडा देतो). Two hands take away (दोन हात घेऊन जातात). A king worships (राजा पूजितो) (नृपतिः यजति 38). Waters dry (पाणी सुकतात). The fire burns (विस्तव जाळतो) (अग्निः दहति 38). Poets extol (कवि वर्णन करितात). There is no water (पाणी नाहीं) (न अस्ति

9). A mountain bears (पर्वत वाहतो) (गिरिः वहति 38). Diseases perish (रोग नाहींसे होतात) (व्याधयः नश्यन्ति 36). Indra's thunderbolt falls (इंद्राचें धनुष्य पडतें). Swords fall (तरवारी पडतात). Two ascetics think (दोन यति ध्यान करतात).

धूर्जटी रक्षति (38, 29) । ऋषयः or ऋषयश्श्याम्यन्ति (40) । कपयो धावन्ति (36) । कविर्वर्णयति (38) । नृपतयो नयन्ति (36) । अग्नी शाम्यतः । व्याधिस्तुदति (39) । यतयो न स्पृहयन्ति (36) । असिः पतति । अरी जयतः । हरिः कुप्यति । पाणिः सिञ्चति । पर्वतस्तिष्ठति (39) ।

Lesson VI.

A man worships God (मनुष्य ईश्वराची पूजा करितो) (27). A king punishes rogues (राजा लुच्चांना शिक्षा करितो). Rama ascends a horse (रामा घोड्यावर चढतो). (रामः अश्वम् 36, 11). A tiger eats meat (वाघ मांस खातो). (व्याघ्रः मांसम् अत्ति 36). Hari washes off (his) two hands (हरी आपले दोन हात धुतो). (हरिः हस्तौ 38). A warrior throws arrows (योद्धा बाण फेंकतो). He covets wealth (तो धनाची हांव धरतो) (27). A thief steals corn (चोर धान्य चोरतो). (स्तेनः धान्यं 36). I go to a town (मी शहराला जातों). Thou speakest a lie (तूं खोटें बोलतोस). Thou rememberest friends (तूं मित्रांना स्मरतोस.) A wise man wishes absolution (शहाणा मनुष्य मोक्ष इच्छितो). (बुधः मोक्षम् इच्छति 36). Diseases give pain to men (व्याधि मनुष्यांना पीडा देतात) (व्याधयः नरान् पीडयन्ति 36). You drink water (तुम्ही पाणी पितां). A poet praises two wise men (कवि दोन शहाण्यांची स्तुति करितो). (कविः बुधौ 38). A son appeases (his) father (मुलगा बापाचें सांत्वन करितो (पुत्रः जनकम् 36). I see a book (मी पुस्तक शोधतों). We weigh gold (आम्ही सोनें तोलतों). We two wander through villages (आम्ही दोघे खेड्यांतून हिंडतों). I eat two fruits (मी दोन फळें खातों). He sees lotuses (तो कमळें पाहतो). A servant bears a burden (चाकर ओझें वाहतो). People extol wise men (लोक शहाण्या मनुष्यांना नांवाजतात). A fool abandons (his) two clothes (मूर्ख दोन वस्त्रें टाकून देतो). A horse eats (blades of) grass (घोडा गवत खातो) (तृणानि अत्ति अश्वः 10, 10). An ascetic leaves (his) body (यति शरीर टाकून देतो) (यतिः देहम् मुञ्चति 38). A man beats cats (पुरुष मांजरांना मारतो) (बिडालान् ताडयति 25, 39). We enter the house (आम्ही घरांत शिरतों).

रामो व्याघ्रान्पश्यति (36) । अश्वाः कोशं वहन्ति । बुधः or बुधस् स्वर्गमारोहति (40) । सिंहा गजानदन्ति (37) । फलानि गणयति । यतिर्वनं गच्छति (38, 27) । योधो बाणौ क्षिपति (36) । ईश्वरो नरान् रक्षति (36) । ग्रामौ विशामः । पुत्रो जनकं प्रीणयति (36) । नराः कूर्मानदन्ति । कपयो वृक्षानारोहन्ति (36) । भृत्यान् पृच्छति । पादाः क्षालयन्ति । मूर्खौ विषं पिबतः । नृपाः or नृपास् स्तेनान् दण्डयन्ति (40) । पुस्तकानि रचयन्ति । ओदनमत्थ । मित्राणि रामं स्मरन्ति । जना नृपाञ्शंसन्ति (37, 19) । प्रज्ञा जनान् नयन्ति (37) । तत्त्वं बोधामि । वेदाः or वेदास् सूर्यं शंसन्ति (40, 27) । जनको बालौ ह्वयति (36) । मूर्खा बुधान् निन्दन्ति (37) । नृपो योधं वदति (36) ।

A crow eats an oblation (कावळा बळी खातो). (वायसः बलिम् अत्ति 36) । A king conquers enemies (राजा शत्रूंना जिंकतो). (नृपतिः अरीन जयति 38, 19). Sickness gives pain to Hari (आजारीपणा हरीला पीडा देतो). A cloud sprinkles water (मेघ पाणी शिंपडतो) (मेघः वारि 36). A lotus pleases bees (कमळ भुंग्यांना खुष करतें). Râma bows to the sun (राम सूर्याला नमस्कार करतो) (रामः रविम् नमति 36, 27). We wash hands (आम्ही हात धुतों). Warriors bear swords (योद्धे तरवारी बाळगतात). I leave a monkey (मी वानराला सोडतों). Poets describe the king (कवी राजाला वर्णितात). A thief steals a jewel (चोर रत्न चोरतो). Servants follow master (चाकर धन्याचे मागून जातात) (किंकराः अनुसरन्ति 37). We two go to the ocean (आम्ही दोघे समुद्रावर जातों). We bow to the two sages (आम्ही दोन ऋषींना नमस्कार करितों). A tiger eats boars (वाघ डुकरांना खातो). We call charioteers (आम्ही सारथ्यांना हाक

मारतों).God conquers fate (ईश्वर दैवाला जिंकतो) (ईश्वरः विधिम् जयति। 36,27)। They two carry a heap (ते दोघे रास नेतात). A beggar gleans grains of rice (भिक्षुक तांदूळ वेंचितो). They ascend the two mountains (ते दोन पर्वत चढतात) गिरी+आरो॰. (5). A man worships a poet (मनुष्य कवीची पूजा करितो). The pupils ask an ascetic (शिष्य संन्याशाला विचारतात). I do not mind sickness (मी आजाराला जुमानीत नाहीं). Brâhmaṇas worship guests (ब्राह्मण पाहुण्यांची पूजा करितात). A wise man does not like quarrels (शहाण्या मनुष्याला भांडणें आवडत नाहींत) (न+अभिनन्दति 9).

कवय ऋषींञ्शंसन्ति (37, 19)। रामः कवीन्नमति । यतिर्गिरिं गच्छति (38, 27) । कपी ताडयामि । हरी राशीनानयति (38, 29) । पाणिं स्पृशति (27)। अगदा व्याधीनपनयन्ति (37) । व्याधः किरी पश्यति । हारिरारिं ताडयति (38, 27)। योधोऽसिमस्यति (36, 11) । मणीनिच्छामि । समुद्रानटति । नरोऽग्निं विशति (36, 11, 27) । सारथी पृच्छति । नरा नृपान्प्रीणयन्ति (37) । नृपा अपि यतीन्नमन्ति (37) । अश्वा जलं पिबन्ति (37, 27) । नरा बलीन् यच्छन्ति (37) ।

Lesson VII.

A man beats a thief with a stick (मनुष्य चोरांस काठीनें मारतो). He adorns the body with ornaments (तो शरीर अलंकारांनीं भूषवितो) (अलंकारैः भूषयति 38)। Sailors enter the sea by a river (नावाडी नदींतून समुद्रांत शिरतात). (नाविकाः नदेन 37)। A warrior conquers the enemy by arrows. (योद्धा शत्रूला बाणांनीं जिंकतो). (योधः बाणैः अरिं 36, 38, 27). Lame by a foot (पायानें लंगडा). Hari goes to a village with sons (हरि पुत्रांसह गांवाला जातो). (पुत्रैः सह 40). A chariot moves by two wheels (रथ दोन चाकांनीं चालतो). He digs with a spade (तो पावड्यानें खणतो). Râma worships a sage with materials of worship (राम पूजेच्या साहित्यानें ऋषीची पूजा करितो) (रामः अर्घ्येण ऋषिं 36, 11, 6, 27)।

Poets describe a king by verses (कवि कवितांनीं राजाला वर्णितात.) (श्लोकैः नृपं 38, 27) । Wise men live with happiness (शहाणे लोक सुखानें रहातात). A man sees with two eyes (मनुष्य दोन डोळ्यांनीं पाहतो). He washes (his) hands with water (तो पाण्यानें हात धुतो). He touches (his) head with two hands (दोन हातांनीं तो मस्तकाला स्पर्श करितो). A lion tears elephants by means of nails (सिंह नखांनीं हत्तींना फाडतो) (सिंहः नखैः गजान् 36, 38). He burns the house by fire (तो विस्तवानें घर जाळतो). A wise man knows the truth by sciences शहाणा मनुष्य शास्त्रांच्यायोगें सत्य जाणतो) (शास्त्रैः तत्त्वम् 39). A warrior goes with foot-soldiers (योद्धा पायदळी शिपायांसह जातो) (पत्तिभिः गच्छति 38) । Children run with legs (मुलें पायांनीं धांवतात). He sees Hari (God) by merit (तो पुण्याईनें हरीला पाहतो). Hari calls Râma by the hand (हरि रामाला हातानें बोलावितो.) (करेण आह्व॰ 9). Râma conquers Râvaṇa by (the help of) monkeys (राम माकडांच्या साह्यानें रावणास जिंकतो). (कपिभिः जयति 38)। I am a descendant of Kusha race (मी गोत्रानें कुशाच्या वंशांतील आहें). (कौशिकः अस्मि 36, 11). An animal faints by misery (दुःखानें प्राणी मूर्च्छा पावतो). He cooks rice by fuel (तो सर्पणानें भात शिजवितो. (पचति ओदनम् 10) ।

रामो मणिभिः शरीरं भूषयति (36,40,27) । मुखेन वदति नरः । शरीराभ्यन्नेन पुष्यन्ति नराः (10) । शीर्षैर्भारान्वहन्ति (38) । हरिर्यत्नैः प्रीणयति ऋषिम् (38, 6) । उपहारैस्तुष्यन्ति नृपतयः (39) । यन्त्रैश्चलन्ति रथाः (39) । ब्राह्मणाः सूक्ताभ्यामीश्वरमाह्वयन्ति । विधिनेश्वरं पूजयति (7) । श्लोकाभ्यां रामं शंसति (27, 27) । नरोऽरिमासिना ताडयति (36, 11) । रामः सारथिना सह गच्छति । कासारः कमलैर्विराजति (38) । प्रभूतैर्मणिभिरपि जना न तुष्यन्ति (38, 38, 37) । रथेन ग्रामं गच्छामः । बलिभिर्देवान् प्रीणयति (38) । व्याघ्रो मांसेन जीवति (36) । चित्तेनेश्वरं चिन्तयन्ति (7,27) । इन्द्रो वज्रेण पर्वतान् प्रहरति (36) । वारिणा वृक्षा रोहन्ति (37) । फलैस्तुष्यन्ति कपयः

(39) । वसन्तः पर्णैर्वृक्षान्भूषयति (38) । कासारा आतपेन शुष्यन्ति (37) । भारेण शीर्षं नमति (27)

Lesson VIII.

Hari gives *nishkas* to Brâhmaṇas (हरि ब्राह्मणांस निष्क देतो). (हरिः ब्राह्म॰ 38) । A man goes to a village. (मनुष्य गांवास जातो) (मनुष्यः ग्रामाय 36) । He worships Hari for welfare (तो कल्याणाकरितां हरीला पूजितो.) I go for fruits (मी फळांकरितां जातों). (फलेभ्यः गच्छामि 36) । The king gets angry with Hari (राजा हरीवर रागावतो). A child desires sweet balls (मूल लाडू इच्छितें). (मोदकेभ्यः बालः 36) । He comes from a city (तो शहराहून येतो). (नगरात् आग॰ 17) । He falls from the horse (तो घोड्यावरून पडतो). He gives food to guests (तो पाहुण्यांना अन्न देतो). (अतिथिभ्यः अन्नं 36, 11) । He exchanges pulse for sesamum (तो तीळ घेऊन उडीद बदला देतो). Preceptors get up from seats (गुरुजी आसनांवरून उठतात) (आसनेभ्यः उत्तिष्ठन्ति आचार्याः 37, 10) । An enemy does not become calm without killing (शत्रु वधाशिवाय शांत होत नाहीं). (वधात् विना अरिः न शाम्यति 17, 9, 38) । The world obtains happiness from the sun (जगाला सूर्यापासून सुख प्राप्त होतें). (रवेः लोकः 38) । A king sees people from the palace (राजा राजवाड्यांतून लोकांना पाहतो). (प्रासादात् जनं 17, 19) । He teaches science to a pupil (तो शिष्यास शास्त्र शिकवितो). Miseries are produced from quarrels (दुःखें भांडणांपासून उत्पन्न होतात). (कलिभ्यः दुःखानि उद्भ॰ 36, 10) । Elephants fall from the top) (हत्ती शिखरावरून पडतात). A caravan wanders from island to island (व्यापारीतांडा बेटाबेटांतून हिंडतो). (द्वीपात् द्वीपम् 17) । Râma beats the servant through anger (राम चाकराला रागानें मारतो) (क्रोधात् रामः ताडयति 17, 39) । The city is eight miles from the forest (शहर अरण्यापासून आठ

मैल आहे) (वनात् योजनम् 17) । Bow to gods (देवांना नमस्कार असो). (नमः देवेभ्यः 36) । Fare it well with Hari (हरीप्रत कल्याण असो). Hogs rise from puddles (डुकरें डबक्यांतून उठतात).(पल्वलेभ्यः वराहाः उत्तिष्ठन्ति 36,37) । Modesty leads to happiness (नम्रता सुखाकडे नेते.) Hari owes *nishkas* to Râma (हरि रामाचें (कांहीं) निष्क देणें लागतो).

रामो भोजनाय गृहं गच्छति (36,27) । वृक्षेभ्यः फलानि पतन्ति । याचकेभ्यो द्रव्यं यच्छामि (36) । हरिरश्वपतये शतं धारयति (38) । प्रज्ञो मोक्षायेश्वरं पूजयति (36, 7, 27) । सेनापतिः सैनिकान् ग्रामाद्ग्रामं नयति (17) । ब्राह्मणा नृपतिभ्यो धनमधिगच्छान्ति (37, 36) । गिरिः समुद्रात्क्रोशावस्ति (12) । हरिः कुसुमेभ्य उद्यानं गच्छति (37) । दुःखं पापादुद्भवति (17) । देवाः पापान् स्वर्गात्क्षिपन्ति । रामः स्वकृत्येभ्यः प्रमाद्यति । राशिभ्यां व्रीहीनानयति । शिष्या आचार्येभ्यो ज्ञानमधिगच्छन्ति (37, 36) । नृपतयोऽरीभ्यो राज्यानि रक्षन्ति (36,11,36) । नृपः सिंहासनात्सेनापतिं वदति । जाड्यात्पदमपि न चलति । विनयाद् मूकस्तिष्ठति (17,39) । उद्यानात् प्रत्यागच्छामि । कृषीवला धान्याय क्षेत्रं कृषन्ति (37) । जनकाद्धनमधिगच्छति पुत्रः (17) । मूर्खा अज्ञानाज्जल्पन्ति (37,17,19,) । वराहाः कासाराज्जलं पिबन्ति (17,19) । तारकाभ्याकाशात्पतन्ति (10) । स्वस्ति कविभ्यः ।

LESSON IX.

A king is the protector of men (राजा मनुष्यांचा पालनकर्ता होय). (पालकः नृपः 36) । The water of the sea is salt (समुद्राचें पाणी खारट असतें). I live by favour of God (ईश्वराच्या कृपेनें मी जगतों.) A wise man knows the truth of sciences (शास्त्रांतील तत्त्व शहाणा मनुष्य जाणतो) (प्रज्ञः बोधति 36) । There is fight between two warriors (दोन वीरांमध्यें युद्ध आहे) (वीरयोः युद्धं 38)। The ocean is the store of water (महासागर पाण्याचा सांठा होय.) (निधिः उदधिः 38) । They sit on seats (ते आसनांवर बसतात). (आसनेषु उपविशन्ति 9) । A bull falls from the top of a mountain (पर्वताच्या शिखरावरून बैल पडतो.) (शिखरात् वृषः 17)। Lotuses are produced in a lake (कमळें तळ्यांत होतात.) (कमलानि उद्भवन्ति 10)। A herd of elephants walks (हत्तींचा कळप चालतो). In summer the light of the sun becomes fierce (उन्हाळ्यांत सूर्याचा प्रकाश भयंकर होतो.) (प्रकाशः चण्डः भवति 39,36)। Brâhmaṇa is the best of all castes (ब्राह्मण सर्व जातींत श्रेष्ठ होय.) The saying of sages is an authority (ऋषींचें बोलणें प्रमाण असतें). The life of rogues is censurable (लबाड लोकांची चाल निंद्य आहे). Poets publish the exploits of warriors among the people (कवि वीरांचे पराक्रम लोकांत प्रसिद्ध करितात). (कवयः लोकेषु 36)। Where is the book of Hari? (हरीचें पुस्तक कोठें आहे ?) (क्व अस्ति 9)। People live in a town (लोक शहरांत रहातात). (जनाः वसन्ति 37)। Râma's sons go to a village (रामाचे मुलगे गांवास जातात). (पुत्राः ग्रामं 57)। There are beasts of prey in forests (अरण्यांत श्वापदें असतात). Preceptors tell the duty of pupils (गुरुजी शिष्यांचीं कर्तव्यें सांगतात). Diseases of men perish by medicine (मनुष्यांचे रोग औषधानें नाहींसे होतात). (व्याधयः नश्यन्ति 36)। Râma's charioteer, Sumantra, leads the chariot to the forest (रामाचा सारथी सुमन्त्र वनांत रथ नेतो). (सुमन्त्रः वनं 36,27)। The light of the moon becomes delightful to people (चंद्राचा प्रकाश लोकांना आनंददायक होतो) (प्रकाशः जनानाम् आह्लादकः भवति 36, 36)। Lions live in mountains (सिंह पर्वतांत रहातात). A king conquers the soldiers of enemies. (राजा शत्रूंच्या शिपायांना जिंकतो). (नृपतिः जयति 38)। There is a sword in the hand of a warrior (योद्ध्याच्या हातांत तरवार आहे). (खड्गः अस्ति 36, 11)। The mind of ascetics is on the God S'iva (यतीचें मन महादेवाच्या ठिकाणीं आहे).

हरेः पुत्रयोराचारः प्रशस्यः (38)। गृहेषु दीपाः सन्ति। यक्षाः कुबेरस्य किंकराः। कपीनां लाङ्गूलानि दीर्घाणि। कविषु कालिदासः श्रेष्ठः। नरस्य भृत्यो ग्रामं

गच्छति (36)। नृपाः प्रासादेषु वसन्ति। धनिका हर्म्येषु वसन्ति (37)। नरेषु रामः श्रेष्ठः। कासाराणां जलं लवणम्। पर्वतानां शिखरेषु हिममस्ति। ब्राह्मणस्य धनं स्तेनश्चोरयति (39)। उद्यानानां सौंदर्येण तुष्यामि। वृक्षस्य पर्णमानयति। अग्नौ घृतं क्षिपामि। नाविकानां वैरं युद्धस्य कारणमस्ति। मूर्खस्यागदं नास्ति (9,9)। हरे विनयेन जनास्तुष्यन्ति (39)। मेघा आकाशे सरन्ति (37)। वनेषु यतीनां वासः। उदधौ प्रभूतानि रत्नानि सन्ति। उद्याने कुसुमानि वृक्षान् भूषयन्ति। प्राज्ञश्चित्ते क्रोधायावकाशं न यच्छति (39,9)। ईश्वरः पापानां पापानि क्षाम्यति। जले कमलानि रोहन्ति।

Lesson X-XI.

आत्मनेपद— { Terminations of the present tense. वर्तमानकाळाचे प्रत्यय.

Person. पुरुष.	Sing. ए. व.	Dual. द्वि. व.	Plural ब. व.
1st प्रथम	इ	वहे	महे
2nd द्वितीय	से	इथे	ध्वे
3rd तृतीय	ते	इते	अन्ते

In adding these terminations students should observe carefully the rules about Conjugational signs and *Sandhis* already given in Lessons I-IV. (हे प्रत्यय लावतांना विद्यार्थ्यांनीं गणप्रत्यय व संधि यांसंबंधीं १-४ धड्यांत दिलेले नियम पाळले पाहिजेत.)

Root & conj. धातु व गण	Conj-sign गणप्रत्यय	Base अंग	Some Termi. कांहीं प्रत्यय	Forms. रूपें.
ईक्ष् १	अS	ईक्ष	इ, वहे	ईक्षे 7, ईक्षावहे ii
मुद् १	,,	मोद	,, ,,	मोदे, मोदावहे
श्लाघ् १	,,	श्लाघ	इथे, अन्ते	श्लाघेथे 7, श्लाघन्ते i
जन् (जा) ४	य W.	जाय	इथे, अन्ते	जायेथे, जायन्ते
मृ (म्रिय्) ६	अ W.	म्रिय	महे, से	म्रियामहे ii, म्रियसे

मृग् १०	अय S	मृगय*	महे, से	मृगयामहेii,मृगयसे
विद्(विन्द्) ६	अ W	विन्द	ध्वे, इते	विन्दध्वे, विन्देते 7
वृध् १	अ S	वर्ध	,, ,,	वर्धध्वे, वर्धेते

LESSON X.

I salute God (मी देवाला नमस्कार करितों). Thou suspectest fear (तूं भयाची शंका घेतोस). The heart trembles through fear (भयानें हृदय कांपतें). भयात् वेपते (17) । The sun shines (सूर्य प्रकाशतो). The tiger dies (वाघ मरतो). व्याघ्रः म्रियते (36) । Thou tellest a lie (तूं खोटें बोलतोस). I praise the exertion of Hari (मी हरीच्या उद्योगाची तारीफ करितों). हरेः उद्यमं (38) । Thou seekest books (तूं पुस्तकें शोधतोस). A warrior destroys an enemy (योद्धा शत्रूचा नाश करितो). वीरः अरिं (36, 11) । A child likes sweetmeat (लाडू बालकाला आवडतो). मोदकः बालकाय (36) । Where is the mat ? (चटई कोठें आहे ?) A jeweller examines jewels (रत्नपारखी रत्नांची परीक्षा करितो). He rejoices at the obtaining of a son (पुत्रप्राप्तीनें तो आनंद पावतो). A wise man gets absolution (शहाणा मनुष्य मोक्ष मिळवितो) बुधः मोक्षं (39) । O Râma ! Thou becomest well through modesty (अरे रामा, तूं नम्रतेनें चांगला शोभतोस). Happiness results from knowledge (ज्ञानापासून सुख उत्पन्न होतें). Râma's affection for Nârâyan increases (रामाचें नारायणावरील प्रेम वाढतें). स्नेहः वर्धते (36) । A king strives for the welfare of (the) people (लोकांच्या कल्याणाकरितां राजा यत्न करितो). नृपः यतते (36) । A pupil serves (the) preceptor (शिष्य गुरुची सेवा करितो). Râma learns (the use of) miraculous weapons from Vis'vamitra (विश्वामित्रापासून राम अस्त्रविद्या शिकतो). विश्वामित्रात् अस्त्राणि (17) । A man gets peace by good conduct (चांगल्या वागणुकीनें मनुष्याला शांति मिळते) I do not hope for happiness on account of the misconduct of my son

---

* See foot-note, First Book, p. 8 and 38.

(मुलाच्या गैरवर्तणुकीमुळें मी सुखाची आशा बाळगीत नाहीं). I begin the worship of gods (मी देवांची पूजा सुरु करितों). A mountain does not shake even by a strong wind (जोराच्या वाऱ्यानेंसुद्धां पर्वत हलत नाहीं). प्रबलेन अपि...पर्वतः न (9, 37)। I take delight in the contemplation of god (ईश्वराच्या ध्यानांत मी रमतों).

न्यायस्याध्ययनमारभे (9)। क्लेशं सहसे। कृष्णो बालकैः सह रमते (36)। वृक्षः कम्पते। नृपं सेवसे। धनं लभे। ऋषीन् वन्दते। वीरोऽरिभिर्युध्यते (36, 11, 38)। पारितोषिकमपेक्षसे। मित्राणां कल्याणे मोदे। नृपस्य शासनानि शठोऽवधीरयते (36, 11)। कपिर्माक्षे। रामोऽसंख्यैर्गुणैः शोभते (36, 11, 38)। ईश्वरस्य भयादसत्यं न भाषते (17)। शुक्लपक्षे चन्द्रस्य बिम्बं वर्धते। पापः मित्राण्यपि शङ्कते (10)। फलानामुद्गमेन वृक्षः शोभते। पापादाध्यात्मिको नाशो जायते (17, 36, 36)। रत्नानि मृगयते। प्रायो मनुष्यो द्रव्याय यतते (36, 36)। भक्तायेश्वरस्यार्चनं रोचते (7, 9)। दण्डस्य भयाद्वेपे (17)। आचार्याद्धर्मं शिक्षे (17)। कविर्नृपं श्लाघते (38)। अरीणां शरैर्म्रिये (38)।

LESSON XI.

Bráhmaṇas taste sweet-meats (ब्राह्मण लाडू चाखतात). Two beggars beg money from the rich man (दोन भिकारी श्रीमंत मनुष्यापाशीं पैसे मागतात). You two praise your own merits (तुम्ही दोघे स्वतःच्या गुणांची तारीफ करतां). You get wealth from industry (तुम्ही उद्योगापासून धन मिळवितां). उद्योगात् धनं (17)। You swagger in vain (तुम्ही व्यर्थ बढाई मारतां). Wise men get absolution (शहाणे लोक मोक्ष मिळवितात). बुधाः मोक्षं (37)। You two suspect deceit (तुम्ही दोघे फसवणुकीची शंका घेतां). Men rejoice at the prosperity of friends (मित्रांच्या भरभराटीनें मनुष्यें आनंद पावतात). नराः मोदन्ते (37)। We two bow to sages (आम्ही दोघे मुनींना वंदन करितों). We do not endure the impulence of fools (आम्ही मूर्खांचा उद्धटपणा सहन करीत नाहीं). There are flowers on trees (वृक्षांवर फुलें आहेत). You obey the order of the preceptor (तुम्ही गुरूची आज्ञा पाळतां). We forgive the faults of servants (आम्ही चाकरांचे अपराध माफ करितों). Râma's eyes throb (रामाचे डोळे स्फुरण पावतात). The birds fly in the sky (पक्षी आकाशांत उडतात). विहगाः डयन्ते (37) । People wonder at the skill of Krishṇa (लोक कृष्णाच्या चातुर्यांचें आश्चर्य करतात). We begin singing for the pleasing of God (to please God) (आम्ही देवाला प्रसन्न करण्याकरितां गायन आरंभितों). देवस्य आरा० (9) । Stars do not shine by day (तारे दिवसा प्रकाशत नाहींत). Sinners do not see anything censurable (पापी लोक दोष बघत नाहींत). पापाः न (37) । Wise men speak a true and beneficial word (शहाणे लोक खरा आणि हिताचा बोल बोलतात). Kings do not forgive the violation of an order (राजे आज्ञेचें उल्लंघन क्षमा करीत नाहींत). We two learn singing from a singer (आम्ही दोघे गवयाजवळ गाणें शिकतों). Wise men strive for absolution (शहाणे लोक मोक्षाकरितां यत्न करतात). The trees tremble by the wind (वृक्ष वाऱ्यानें कांपतात). Men beg objects of enjoyments from gods (लोक देवांजवळ भोग्यवस्तु मागतात).

वसन्ते फलानि लभामहे । असत्यानि भाषध्वे । गिरयः कम्पन्ते । तारकाणि प्रकाशन्ते । नृत्यं शिक्षध्वे । नारायणस्य मित्रे कल्याणाय यतेते । नृपं सेवावहे । आम्राणि स्वादेथे । प्रासादस्य शिखरे मयूरं प्रेक्षामहे । व्याघ्रा वृक्षाणां पर्णानि तृणानि च न स्वादन्ते (37) । ऋषीनभिवादयावहे । सुखं च दुःखं च संसाराज्जायेते (17, 19) । कारणाद्विना युध्येथे (17) । बालावुद्याने रमेते (12) । हरेः कल्याणमपेक्षावहे । मित्राणामपराधान् क्षमेथे । प्रज्ञानां गुणाञ्श्लाघन्ते (19) । पापाद्दुःखानि जायन्ते (17) । नरा म्रियन्ते (37) । भिक्षुकास्तण्डुलान् याचन्ते (39) । शुका वातायने डयन्ते (37) । यत्नानां फलं नरा लभन्ते (37) । मूर्खस्य गात्राणि वर्धन्ते न तु ज्ञानम् । अरीणामुपालम्भान् सहावहे । योधा विविधैः शस्त्रैरारीं निषूदयन्ते (37, 38) ।

Lesson XII.

PASSIVE AND IMPERSONAL FORMS.

(कर्मणि प्रयोग व भावे प्रयोग.)

Rules for forming the base. (अंग सिद्ध करण्याचे नियम):—

(i) The distinction of conjugations is not observed. (गणभेद मानण्यांत येत नाहींत.)

(ii) **य** is added to the root, and आत्मनेपद terminations are added to this base. (धातूला **य** जोडून अंग सिद्ध होतें, व या अंगाला आत्मनेपद प्रत्यय लावण्यांत येतात.)

(iii) Final **ऋ** of the root, not preceded by a conjunct consonant is changed to **रि** before this **य**. (धातूच्या अन्तीं **ऋ** असून, त्या **ऋ**च्या मागें जोडव्यंजन नसल्यास, **ऋ**चा **य**पूर्वी **रि** होते.) e. g. भृ–भ्रिय । कृ–क्रिय । मृ–म्रिय । हृ–ह्रिय । But **ऋ** preceded by a conjunct consonant is *gunated* (परंतु **ऋ**पूर्वी जोडव्यंजन असल्यास **ऋ**चा गुण होतो). e. g. स्मृ–स्मर्य.

(iv) Final **इ** or **उ** of a root is lengthened before **य**. (धातूच्या अन्तीं **इ** किंवा **उ** असल्यास, तो स्वर **य**पूर्वी दीर्घ होतो.) e. g. जि–जीय ।

(v) The final **आ** of दा, स्था, पा (to drink), is changed to **ई** before **य**. (**दा, स्था, पा,** या धातूंच्या अन्तींचा **आ**, **य**पूर्वी **ई** होतो.) e. g. दा–दीय, स्था–स्थीय, पा–पीय ।

(vi) Roots of the tenth conjugation undergo the same changes before this य, as they undergo before अय, the conjugational sign. (दहाव्या गणाच्या धातूंत जे फेरफार गणप्रत्ययापूर्वी (म्ह० **अय** पूर्वी) होतात, ते फेरफार कर्मणिप्रत्यय **य**पूर्वी होतात.) e. g. चुर् (चोरय) –चोर्य । तड् (ताडय) –ताड्य । मृग् (मृगय) –मृग्य । तुल् (तोलय)–तोल्य । क्षल् (क्षालय) –क्षाल्य । चिन्त् (चिन्तय)– चिन्त्य ।

(vii) The penultimate **न्** or अनुस्वार of **a root** is *generally* dropped before **य** (धातूंतील उपान्त्य न्‌चा किंवा अनुस्वाराचा **य**पूर्वी बहुधा

लोप होतो. (e. g. शंस-शस्य । स्रंस्-स्रस्य-स्कन्द्-स्कद्य । But नन्द्, निन्द्, वन्द् and several other roots, and roots of the 10th Conj. do not drop it (नन्द्, निन्द्, वन्द् आणि दुसरे कांहीं धातु, आणि दहाव्या गणाचे धातु, यांना हा नियम लागू नाहीं.) e. g. वन्द्-वन्द्य । दण्ड्-दण्ड्य ।

Root धातु.	Active 3rd per-sing (कर्तरि तृ.पु.ए.व.)	Passive Singulars (present) कर्मणि ए. व. (वर्तमानकाळ).
रम्	रमते ।	रम्ये, रम्यसे, रम्यते ।
स्मि	स्मयते ।	स्मीये, स्मीयसे, स्मीयते ।
अर्थ्	अर्थयते ।	अर्थ्ये, अर्थ्यसे, अर्थ्यते ।
हृ	हरति ।	ह्रियें, ह्रियसे, ह्रियते ।
स्मृ	स्मरति ।	स्मर्ये, स्मर्यसे, स्मर्यते ।
पा to drink	पिबति ।	पीये, पीयसे, पीयते ।
जन्	जायते ।	जन्ये, जन्यसे, जन्यते । जाये, जायसे, जायते ।
युध्	युध्यते ।	युध्ये, युध्यसे, युध्यते ।
गम्	गच्छति ।	गम्ये, गम्यसे, गम्यते ।
नम्	नमति ।	नम्ये, नम्यसे, नम्यते ।
इष्	इच्छति ।	इष्ये, इष्यसे, इष्यते ।
स्रंस	स्रंसते ।	स्रस्ये, स्रस्यसे, स्रस्यते ।

Impersonal form is the same as the passive in the case of an intransitive root. In the impersonal construction, the agent of the action is put in the instrumental case, while the verb is always in the third person singular. (भावे प्रयोग म्हणजे अकर्म धातूंचा कर्मणीसारखा प्रयोग. असा प्रयोग झाला असतां, क्रियेचा कर्ता दाखविणारें पद तृतीयान्त योजतात, व क्रियापद नेहमीं तृतीयपुरुषी एकवचनी असतें.) e. g. नरः गच्छति (कर्तरि), नरेण गम्यते (भावे) । ईश्वरः भवति, ईश्वरेण भूयते ।

In the case of roots प्रच्छ् & याच् the *indirect object* is made subject in the passive, but in the case of नी, वह्, and कृष् the *direct object* is made subject in the passive. (**प्रच्छ्, याच्,** या धातूंच्या कर्मणि प्रयोगांत गौण कर्म वाक्याचा कर्ता होतें, परंतु, **नी वह्,** आणि **कृष्,** या धातूंच्या कर्मणि प्रयोगांत प्रधान कर्म कर्ता होतें.) e. g. भिक्षुकः नृपं धनं याचते (कर्तरि) । भिक्षुकेण नृपः धनं याच्यते (कर्मणि)। सेवकः अश्वं ग्रामं नयति (कर्तरि) । सेवकेन अश्वः ग्रामं नीयते (कर्मणि) ।

Lesson XII.

Nishkas are given to Brâhmaṇas (निष्क ब्राह्मणांस दिले जातात). निष्कः ब्राह्म॰ (37) । The order of the king is done (राजाचा हुकूम बजावला जातो). नृपतेः आदेशः (38) Wood is burnt by fire (अग्नीकडून लांकूड जाळलें जातें). Two rogues are beaten by men (दोन लबाड लोक मनुष्यांकडून बडविले जातात) पुरुषैः ताड्येते (39) । Duty, is taught by preceptors (आचार्यांकडून धर्म शिकविला जातो). आचार्यैः धर्मः उप॰ (38, 37) । Thou art served by servants (तूं चाकरांकडून सेविला जातोस). I am forsaken by friends (मी मित्रांकडून सोडला जातों) मित्रैः त्यज्ये (39) । We are seen by men (आम्ही मनुष्यांकडून पाहिले जातों) जनैः दृश्या॰ (38) । You are pained by diseases (रोगांनीं तुम्ही पीडिले जातां). Thou art seen by a man (तूं मनुष्याकडून पाहिला जातोस). You two are worshipped by sons (पुत्रांकडून तुम्ही दोघे पूजिले जातां). Heaps of corn are carried (धान्याच्या राशी नेल्या जातात). राशयः नीयन्ते (36) । The truth is known by wise men (शहाण्या लोकांकडून तत्त्व समजलें जातें). Enemies are conquered by a king (राजाकडून शत्रू जिंकले जातात). नृपेण अरयः जी॰ (9, 36) । Children cry (बालकें रडतात). बालकैः रुद्यते (38, 29) । Two charioteers are killed (दोन सारथी मारले जातात). Sages are saluted by men (ऋषी मनुष्यांकडून नमस्कार केले जातात) ऋषयः जनेन (36) । The sun shines (सूर्य प्रकाशतो). God exists (ईश्वर आहे). You are praised by men (तुम्ही मनुष्यांकडून स्तविले जातां). We two are saluted by pupils (आम्ही दोघे शिष्यांकडून वन्दिले जातों) शिष्यैः नम्या० (38) । Sweetmeats are tasted by children. (मुलांकडून मोदक चाखले जातात). Verses are learned by pupils (शिष्यांकडून श्लोक शिकले जातात). Rice is cooked by cooks (आचाऱ्यांकडून तांदूळ शिजविले जातात). God is saluted (ईश्वर वन्दिला जातो) देवः वन्द्यते (36) ।

अरिर्बाणेन हन्यते (38) । बालस्य पाणी वारिणा क्षाल्येते । कविभिः श्लाघ्यसे । जनैर्मृग्यध्वे (38) । भृत्यैः सेव्ये । ईश्वरेण रक्ष्यामहे । जनैर्बुध्येथे (38) । गजा आरुह्यन्ते (37) । पौरैः प्रार्थ्यावहे । यतिभिः संसारस्त्यज्यते (39) । शरीरमन्नेन पुष्यते । अश्वौ स्तेनैर्ह्रियेते (38) । वृक्षेषु जलं सिच्यते । धान्यस्य राशयो रच्यन्ते (36) । कृष्णस्य शरीरमलंकारैर्भूष्यते (38) । प्रज्ञानां गुणाः कविभिः प्रथ्यन्ते । ध्वनिः श्रूयते । नृपैः स्तेना दण्ड्यन्ते (37) । हरिणा फले भक्ष्येते । बाणावस्येते (12) । नृपेणादिश्यध्वे (9) । सुखं नित्यं जनैरपेक्ष्यते (38) । समुद्रस्य जलानि न पीयन्ते । सदाचारेण देवाः प्रीण्यन्ते । सैनिकाः सेनापतिना गण्यन्ते ।

LESSONS XIII–XV.

CASE TERMINATIONS.

	For feminine nouns ending in आ स्त्रीलिंगी आकारान्त नामांकरितां			For feminine nouns ending in ई स्त्रीलिंगी ईकारान्त नामांकरितां		
	sing. ए. व.	dual द्वि. व.	plu. ब. व.	sing. ए. व.	dual द्वि. व.	plu. ब. व.
Nom. प्र.	–	ई	अस्	–	औ	अस्
Acc. द्वि.	अम्	ई	अस्	म्	औ	इस्
Inst. तृ.	आ	भ्याम्	भिस्	आ	भ्याम्	भिस्

Dat. च.	ए	भ्याम्	भ्यस्	ए	भ्याम्	भ्यस्
Abl. पं.	अस्	भ्याम्	भ्यस्	अस्	भ्याम्	भ्यस्
Gen. ष.	अस्	ओस्	नाम्	अस्	ओस्	नाम्
Loc. स.	आम्	ओस्	सु	आम्	ओस्	सु
Voc. सं.	–	ई	अस्	–	आ	अस्

SPECIAL RULES. (विशेष नियम)

In adding the above terminations, the following special rules must be observed. (नामांना हे प्रत्यय लावण्याच्या वेळीं पुढील विशेष नियम पाळले पाहिजेत.)

(i) Before आ of instr. sing. and ओस् of gen. and loc. dual the ending आ of the noun is changed to ए. (तृ. ए. व. प्रत्यय **आ** व षष्ठीचा व सप्तमीचा द्विवचनी प्रत्यय **ओस्** यांच्यापूर्वी नामान्तींच्या **आ**चा **ए** होतो.) e. g. प्रभा+आ=प्रभे+आ=प्रभय्+आ 12 =प्रभया। क्रीडा–क्रीडया । वाचा–वाचया । कान्ता–कान्तया । नदी+आ=नद्या 10. रामा+ओस्=रामे+ओस्=रामयोः 12, 35. । क्रीडा–क्रीडयोः । जरा–जरयोः । नदी+ओस्=नद्योः 10. । गोदावरी–गोदावर्योः ।

(ii) Before dat., abl., gen., and loc. singulars या is added to the final आ of the noun, and आ is added to the final ई of the noun. (च., पं., ष., व स., एकवचनांत नामाच्या अन्त्य **आला या** आणि अन्त्य **ईला आ** जोडण्यांत येतो.) e. g. देवता+ए, अस्, आम्=देवताया+ए, अस्, आम्=देवतायै 8, देवतायाः 9, 35, देवतायाम् 9. पुरी+ए, अस्, आम्=पुरी+आ+ए, अस्, आम्=पुर्या 10+ए, अस्, आम्=पुर्यै 8, पुर्याः 9, 35, पुर्याम् 9.

(iii) स becomes ष after ई. (नामान्तींच्या **ई** पुढें **सु**चा **षु** होतो.) e. g. कौशाम्बी+सु=कौशाम्बीषु । अवन्तीषु । नारीषु ।

(iv) In voc. sing. final आ is changed to ए and final ई is changed to इ (संबोधन एकवचनांत नामाच्या अन्त्य **आचा ए** होतो व अन्त्य **ईची इ** होते.) e. g. चिन्ता–चिन्ते । व्यथा–व्यथे । महिषी–महिषि । सीता–सीते । तृष्णा–तृष्णे । कौमुदी–कौमुदि ।

Students should learn by heart the model declensions given on page 58 of the First Book. (पहिल्या पुस्तकाच्या ५८ व्या पानावर चालवून दाखविलेले शब्द विद्यार्थ्यांनीं तोंडपाठ करावे.)

The feminines of adjectives ending in **अ** are mostly formed by adding **आ** and they are declined like **शाला**. (अकारान्त विशेषणांचीं स्त्रीलिंगी अंगें बहुशः **आ** प्रत्यय लागून होतात, आणि तीं **शाला** शब्दाप्रमाणें चालतात.) e. g. आत्मीय-आत्मीया । धवल–धवला । शोभन–शोभना ।

Lesson XIII.

Arundhatî is the wife of Vasishṭha (अरुन्धती वसिष्ठाची स्त्री होय). पत्नी अरुन्धती (10). Women see from the windows of mansions (स्त्रिया वाड्यांच्या खिडक्यांतून पहातात). नार्यः हर्म्याणां (36). Krishna learns arts (कृष्ण कला शिकतो). Râma marries the daughter of Janaka (राम जनकाच्या कन्येबरोबर लग्न करितो). रामः जन० (36). The Ganges flows into the sea (गङ्गा समुद्राकडे वाहते). Forgiveness is the ornament of a warrior (क्षमा वीरांचा अलंकार होय). Nârâyaṇa calls (his) mother (नारायण आईला बोलावतो). नारायणः जन० (36). Two daughters of a king play in a garden (बागेंत राजाच्या दोन मुली खेळतात). He touches two creepers (तो दोन लतांना शिवतो). The night looks beautiful by the moon (रात्र चंद्रानें सुशोभित दिसते). Two rivers flow together (दोन नद्या एकत्र वाहतात). A virgin speaks to two female friends (कुमारी दोन मैत्रिणींशीं बोलते).

Hogs bewail their mates (डुकरें सहचरींबद्दल दुःख करतात). A fool abandons shame (मूर्ख मनुष्य लाज सोडतो). An actress is the wife of the chief actor (नटी सूत्रधाराची बायको होय). Subjects are protected by a king (प्रजा राजाकडून रक्षिल्या जातात). प्रजाः नृपतिना (37). He sees the beauty of a garden (तो बागेची शोभा पाहतो). Women mount the terrace of a palace (स्त्रिया राजवाड्याच्या गच्चीवर चढतात). Two orders of the king are obeyed (राजाच्या दोन आज्ञा पाळल्या जातात). नृपस्य आज्ञे अनु० (9, 5). Brâhmaṇas wander over the earth (ब्राह्मण पृथ्वीवर भटकतात). ब्राह्मणाः महीम् (37). Râma's stories are heard (रामाच्या कथा ऐकिल्या जातात). In a forest two young women are seen (अरण्यांत दोन तरुण स्त्रिया पाहिल्या जातात). The well is four miles from the city (विहीर शहरापासून दोन कोस आहे). The earth trembles by the weight of the king's army (राजाच्या सैन्याच्या भारानें पृथ्वी कांपते). नृपतेः बलस्य (38). The garlands of flowers are taken away from the neck (फुलांच्या माळा गळ्यांतून काढल्या जातात). कण्ठात् अप० (17).

नारदः स्वर्गात्पृथ्वीमवतरति । कृष्णो नृपाणां कथाः कथयति (36) । प्रमदा उद्याने रमन्ते (37) । कुसुमानां माले कण्ठे धारयति । रामस्य पत्न्यरुन्धतीं नमति (10) । कुमार्यौ पश्यामः । हरिणस्य सहचर्यो हरिणमनुसरन्ति (36) । ग्रामे वाप्यौ स्तः । सूत्रधारो नटीमाह्वयति (36) । नदीं गच्छति हरिः । रामस्य जनन्यौ वनं गमनं शोचतः । ललना वापीर्गच्छन्ति (37, 38) । प्रजा नृपतेराज्ञा अनुरुध्यन्ते (37, 38, 37) । हरेः कन्या नृत्यं शिक्षन्ते (37) । उद्योगेन कलाः संवर्धन्ते । प्रज्ञाः सदा क्षमामाचरन्ति । विश्वस्य शोभा चित्तं हरति । बालकानां कल्याणे जननी मोदते । नाटकस्यारम्भे सूत्रधारो नटीमाह्वयति (9, 36) । नरा ललना रक्षन्ति (37, 37) । तारकाणि रजनीं भूषयन्ति । वैयात्येन लज्जा जीयते । लता वृक्षाणामाधारं मृगयन्ते (37) । ललना क्रोधात्सहचरीं त्यजति । नृपः प्रजाः स्वप्रजा इव तन्त्रयते (37) ।

Lessons XIV.

He gives an oblation to deities (तो देवतांना बळी देतो). देवताभ्यः बलिः (36). Râma faints by the pain of mind (राम चित्ताच्या दुःखामुळें मूर्छित होतो). रामः मुह्यति (36). A message is sent to the wife (पत्नीला निरोप पाठविला आहे). He comes from Avantî (तो अवन्तीहून परत येतो) अवन्त्याः आग० (37). Krishṇa's wife likes fruit (कृष्णाच्या बायकोला फळें आवडतात). The crowned queen is served by a maid (दासीकडून पट्टराणीची सेवा केली जाते). The body is wasted away by old age (वृद्धपणामुळें शरीर झिजलें जातें). A palace shines by the lustre of jewels (रत्नांच्या प्रकाशानें राजवाडा प्रकाशित होतो) प्रभाभिः द्योतते (38). She enters the house through shame (ती लज्जेनें घरांत शिरते). He gets happiness from the worship of God (देवाच्या पूजेपासून त्याला सुख मिळतें). Kings wish the well-being of (their) subjects (राजे प्रजेचें कल्याण इच्छितात) प्रजाभ्यः हितम् (36). A messenger returns from Kaus'âmbî (कौशाम्बीहून दूत परत येतो) कौशाम्ब्याः निव० (37). He enters the garden for sport (तो क्रीडेकरितां बागेंत शिरतो). प्रविशति उद्यानम् (10). Sîtâ is surrounded by female friends (सीता मैत्रिणींनीं वेढिली आहे). An elephant is followed by (his) two mates (हत्ती दोन [सहचरी] हत्तिणींकडून अनुसरला जातो). Râma departs from Panchavati (राम पञ्चवटींतून बाहेर पडतो). पञ्चवट्याः निर्ग० (37). A tree looks beautiful with the two creepers (दोन लतांनीं वृक्ष सुंदर दिसतो). The town is four miles from the Ganges(शहर गंगेपासून चार मैल आहे). Water flows from the wells (पाणी विहिरींतून वाहतें). वापीभ्यः जलं (36). Children come from schools (शाळेंतून मुलें येतात) पाठशालाभ्यः आग० (37). Men's mind is burnt by anxiety (मनुष्याचें चित्त चिंतेनें जाळलें जातें). As quarrel so also love does result from speech (भाषणापासून जसें भांडण तसेंच प्रेमही उत्पन्न होतें). कलहः तथा अनुरागः अपि

वाचायाः उद्भवति (39, 9, 36, 11, 37). Hari gives strings of pearls to (his) daughters (हरी मुलींना मोत्यांचे हार देतो). कन्याभ्यः मौक्ति० (36). The message of the king is heard by the queen with a tranquil mind (स्वस्थ चित्तानें राजाचा निरोप राणीकडून ऐकिला जातो). The cub of an elephant is nourished by Sîtâ with sprouts (सीतेकडून हत्तीचा छावा पल्लवांनीं पोसला जातो).

वाचया मित्रं हरिः सान्त्वयति । नदीभिः पुरी परिव्रियते । क्षमाया नरश्चित्तस्य स्वास्थ्यं लभते (37, 39) । मह्याः प्रज्ञाः स्वर्गं गच्छन्ति । अरुन्धत्या सह वसिष्ठ आगच्छति (37) । रामः कन्याभ्योऽलंकारान् यच्छति (36, 11) । मालाभिः शरीरं भूषयति । दास्यै महिषी कुप्यति । जरठस्य कथाभ्यः सुखमधिगच्छति । नारायणस्य पत्न्या तण्डुलाः पच्यन्ते । नृपतेराज्ञयावन्तीं गच्छामि (38, 9) । विरूपा अपि वालका जनन्यै रोचन्ते (37, 37) । योधौ पुरीभ्यां शस्त्रैः सह प्रतिष्ठेते । सूर्यस्य रक्तया प्रभयाकाशो भूष्यते (9, 36) । जनानां सुखं कलाभिर्वृध्यते (38) । नरा देवताभ्यः सुखस्य लाभमिच्छन्ति (37) । बलिः कुमारीभ्यां दीयते । चिन्ताया दुःखमुद्भवति (37) । सीता सखीभ्यो गीतानि शिक्षते (36) । सेनापतेराज्ञया सैनिका नगरादागच्छन्ति (38, 37, 17) । वालका जनकस्य हृदयं क्रीडाभिराह्लादयन्ति (37, 38) । देवानां पूजायै कुसुमान्यानयति (10) । दास्यै पारितोपिकं महिष्या दीयते । विहगः पृथ्व्या आकाशमुत्पतति (37) ।

Lesson XV.

S'ûdraka lives in Avantî (शूद्रक अवन्ती नगरांत राहतो). शूद्रकः वसति (36). There is much water in the Ganges (गङ्गेंत पुष्कळ पाणी आहे). The inciting of subjects to duty is done by kings (प्रजांचें धर्माकडे प्रवर्तन राजांकडून केलें जातें). In Ujjain women dance during S'iva's worship (उज्जनींत शिवाच्या पूजेच्या वेळीं स्त्रिया नाचतात). O friend, I go to the bank of the river (गडे, मी नदीच्या तीरावर जातें) नद्याः तीरम् (39). Two elephants play in the water of the Godâvarî (दोन हत्ती गोदावरीच्या पाण्यांत खेळतात) गोदावर्याः जले (37). In summer kings sport with young women in the waters of rivers (उन्हाळ्यांत राजे तरुणींसह नद्यांच्या पाण्यांत क्रीडा करतात). Women enter the bower of creepers (स्त्रिया लतामण्डपांत शिरतात). Lotuses grow in a well (कमळें विहिरींत वाढतात). He sits on a stone under the shade of trees (वृक्षांच्या छायेखालीं तो दगडावर बसतो). Krishṇa praises the modesty of (his) wife (कृष्ण पत्नीच्या विनयाची स्तुति करितो). कृष्णः भार्यायाः विनयं (36, 37). The moon is the lover of the night (चंद्र रात्रीचा प्रियकर होय). चंद्रः निशायाः वल्लभः (36, 37). Preparations for the marriage of two daughters are made (दोन मुलींच्या लग्नाची तयारी केली आहे). कन्ययोः विवाहस्य (38). Râma obeys the order of his two mothers (राम दोन मातांची आज्ञा पाळतो) जनन्योः आज्ञाम् (38). O beloved, the son goes to a village (प्रिये, मुलगा गांवास जातो) पुत्रः ग्रामं (36). S′akuntalâ has great affection for her two female friends (शकुन्तलेचें दोन सख्यांवर अतिशय प्रेम आहे). The beauty of moonlight captivates the mind (चांदण्याची शोभा मन वेधते). There is always sweetness in the speech of wise men (शहाण्या लोकांच्या भाषणांत नेहमीं मिठेपणा असतो). The request of (his) wife is fulfilled by Râma (पत्नीची विनंति रामाकडून पूर्ण केली जाते) कान्तायाः वचनं (37). There is the queen's full confidence in the words of (her) two maids (दोन दासींच्या बोलण्यावर राणीचा पूर्ण विश्वास आहे) दास्योः वचनेषु महिष्याः निरतिशया (38, 37). Knowledge increases among men by the establishment of schools (शाळांच्या स्थापनेनें लोकांत ज्ञान वाढतें). The sweeping of streets is done by citizens (रस्त्यांची झाडझूड नगरवाशांनीं केली आहे). Das′aratha is the king of Ayodhyâ (दशरथ अयोध्येचा राजा होय) अयोध्यायाः नृपः दशरथः (37, 36). The greed of men does not lessen even in old age (मनुष्यांची हांव म्हातारपणांतसुद्धां कमी होत नाहीं). Desires of men are fulfilled by the worship of deities (देवतांच्या पूजेनें मनुष्यांच्या इच्छा पूर्ण होतात).

गङ्गायास्तीरयोर्वृक्षाः सन्ति (39, 38)। जयन्त इंद्राण्याः पुत्रः (37) । रामस्य मित्राणि नगर्यां वसन्ति । चकोरः कौमुद्यां मोदते । लतायाः कुसुममानयति । कन्यानां गुणान् हरिः श्लाघते । नदीषु मत्स्याः सन्ति । अयोध्याया रथ्यासु रथानीक्षे (37)। शकुन्तला सखीनां स्नेहमर्हति । रामस्य वाण्यां माधुर्यमस्ति । सीतायाः पुत्राः क्व सन्ति । दण्डकायां निशाचराः सन्ति । पृथ्व्यां द्वीपाः सन्ति । वृक्षस्यच्छायायां मानवानीक्षे । प्रायो निशाचरा निशायां चरन्ति (36, 37)। जनन्या हृदयं कन्यायामतीव स्निग्धं वर्तते (37)। गङ्गाया जलानि पुण्यानि सन्ति (37) महिष्या आज्ञया शठो दण्ड्यते (37,36)। कलानां बाहुल्येन देशः समृध्यति नद्याः प्रवाहः शिलानां संघातेन निरुध्यते । दासी पूजायाः संभारानानयति । लतानां कुसुमानामवचयायोद्यानं गच्छामि (7) नृपस्याज्ञानामनुष्ठाने दक्षोऽस्ति (9, 36, 11)।

Lessons. XVI-XVIII.

Imperfect Tense (प्रथम भूतकाळ).

	परस्मैपद–प्रत्यय.			आत्मनेपद–प्रत्यय.		
Person पुरुष	sing. ए. व.	dual द्वि. व.	plu. ब. व.	sing. ए. व.	dual द्वि. व.	plu. ब. व.
1st. प्र.	अम्	व	म	इ	वहि	महि
2nd. द्वि.	स्	तम्	त	थास्	इथाम्	ध्वम्
3rd. तृ.	त्	ताम्	अन्	त	इताम्	अन्त

All rules of forming the base and adding the termination given in lessons I-IV are to be observed here also. (धातूचें अंग सिद्ध करण्यासंबंधीं व काळप्रत्यय लावण्यासंबंधीं जे नियम १–४ धड्यांत दिले आहेत, ते सर्व येथेंही लागू आहेत.)

Special rules.

(i) अ is prefixed to roots in this tense. A letter thus added is called an augment. (या काळांत धातूंच्या आरंभीं अ जोडण्यांत येतो. अशा रीतीनें जोडलेल्या अक्षरास **आगम** म्हणतात.)

(ii) Roots beginning with a vowel take the augment आ instead of अ, which with the following इ–ई becomes ऐ, with उ–ऊ becomes औ, and with ऋ becomes आर्. (धातूच्या आरंभीं स्वर असल्यास अ ऐवजीं आ आगम येतो; आणि या आचा पुढील इ–ईशीं संयोग होऊन ऐ, उ–ऊशीं संयोग होऊन औ, आणि ऋशीं संयोग होऊन आर् होतो.) e. g. आ+ईक्ष्+अ (गणप्रत्यय)+त=ऐक्षत । आ+उञ्छ्+अ (गणप्रत्यय)+त्=औञ्छत् । आ+ऋध्+य (गणप्रत्यय)+त्=आर्ध्यत् ।

(iii) The augment is prefixed to the root itself, even though a preposition may be before it. (धातूच्या मागें उपसर्ग असला, तरी या काळांतील आगम प्रत्यक्ष धातूलाच लागतो.) (e. g. उत्+गम्–उदगच्छत् । अनु+सृ–अन्वसरत् । अव+तॄ–अवातरत् । प्र+ईक्ष्-प्रैक्षत ।

Students should learn the model forms given on page 68 of the First Book. (पहिल्या पुस्तकाच्या ६८ व्या पानावर दिलेलीं रूपें विद्यार्थ्यांनीं तोंडपाठ करावीं.)

अस्, to be, 2nd Conj–Imperfect–आसम्, आस्व, आस्म । आसीः, आस्तम्, आस्त । आसीत्, आस्ताम्, आसन् । **अद्**–Imperfect–आदम्, आद्व, आद्म । आदः, आत्तम्, आत्त । आदत्, आत्ताम्, आदन् ।

Lesson XVI.

Râma conquered Râvaṇa (रामानें रावणास जिंकिलें) रामः रावणम् (36). Sîtâ went to the bank of Godâvarî. (सीता गोदावरीच्या तीरावर गेली) गोदावर्याः तीरम् (39). (I) drank the water of the Ganges (मी गङ्गेचें पाणी प्यालों). गङ्गायाः जलं (37). A warrior threw arrows on two enemies (योद्धा दोन शत्रूंवर बाण टाकता झाला). योधः अरीः (36, 11). Two women sat under the shade (दोन स्त्रिया छायेंत बसल्या). Thou told'st the duty of sons (तूं पुत्रांचे धर्म सांगितलेस). (We two) abandoned Sîtâ in the forest (आम्हीं दोघांनीं अरण्यांत सीतेला सोडिलें). वने अत्यजाव (11) (Thou) protected'st people from difficulties (तूं लोकांना संकटापासून रक्षिलेंस) संकटेभ्यः जनम् (36). Two goats fell from the top of a mountain (दोन बकरे पर्वताच्या शिखरावरून पडले) शिखरात् अजौ अपतताम् (17,12). (I) led the chariot to the battle-field (मी रथ रणाङ्गणावर नेला). Hari mounted the horse (हरि घोड्यावर चढला). हरिः अश्वं (38). (I) gave *nishkas* to beggars (मीं भिकाऱ्यांना निष्क दिले) भिक्षुकेभ्यः निष्कान् (36). (We two) worshipped gods (आम्हीं दोघांनीं देवांना पूजिलें). I saw buffaloes in the forest (मीं रानांत रेडे पाहिले). Two thieves stole the wealth of a rich man (दोन चोरांनीं श्रीमन्त मनुष्याचें द्रव्य चोरिलें). Das'aratha called his son (दशरथानें मुलास बोलाविलें). दशरथः तन० (39). The distress of Hari perished by the favour of God (ईश्वराच्या कृपेनें हरीचें दुःख नाहींसें झालें) क्लेशः अन० (36, 11). Formerly (I) lived in Ujjain with (my) wife (मी पूर्वी भार्येसह उज्जनींत राहिलों) सह उज्ज० (7). Two pupils saluted the preceptor (दोन शिष्यांनीं आचार्यास नमस्कार केला) शिष्यौ आचा० (12). (Thou) wert at Avantî (तूं अवन्तीला होतास). (Thou) wert at Ayodhyâ (तूं अयोध्येला होतास). The fire burnt the forest (अग्नीनें वन जाळलें) अग्निः वनं (38). (I) knew the worthlessness of worldly life (मीं संसाराचें निःसारण जाणलें). संसारस्य असारतां (9). A rogue told a falsehood before the king (राजाच्या समोर लबाड मनुष्य खोटें बोलला) पुरतः असत्यं अवदत् शठः (36, 11, 19, 30). Then (I) knew that (I) was a fool (तेव्हां 'मी मूर्ख आहें' हें मला समजलें) मूर्खः अस्मि इति अवाग० (36, 11, 9, 10).

कासारस्य जलमशुष्यत् । सेनां सेनापतिः समराङ्गणमनयत् । मित्रे राममस्मरताम् ।

रामस्याचारेणातुष्यः (9, 9)। ऋषीनसान्त्वयाव । ईश्वरः पृथ्वीमसृजत् । नरावुद्यानमविशताम् (12)। हरिमनिन्दम् । अरण्येऽवसतम् (11)। सार्थौ नगरान्नगरमाटत (36, 18)। पुस्तकमप्रथयम् । हरेरुद्यानात्फलान्यहरतम् (38, 10)। रामाय कथामकथयः । व्याघ्रौ गोष्ठमधावताम् । कृष्णः पादौ प्राक्षालयत् । योधो ललना अरेररक्षत् (36, 37, 38)। कूर्मः शनैरसरत् (38) तदाभ्युदयस्याशां विनावसम् (9, 9, 9)। भोजनायौदनमपचाव (8)। राज्ञी नृपस्य सभायामगायत । कुमारी धान्यस्य मुष्टिभिर्हरिणमपुष्यत् (38)। अपराधाद्विना भार्यामत्यजः (17)। कारणं विना ग्राममदहतम् । वृक्षस्य शिखरादपतदम्रियत च (17, 17)। बालो हर्षेणानृत्यत् (36, 9)।

Lesson XVII.

Battles took place between the Pâṇḍavas and the sons of Dhritarâshṭra (पांडव आणि धृतराष्ट्राचे मुलगे यांमध्यें युद्धें झालीं) युद्धानि अभवन् (10). The preceptors taught religion (गुरूंनीं धर्म शिकविला) आचार्याः धर्मम (37)। Râma sported with Sîtâ on the bank of the Godâvarî (रामानें सीतेसह गोदावरीच्या कांठीं क्रीडा केली) गोदावर्याः तीरे अर० (39, 11). (Thou) gottest wealth by industry (उद्योगानें तूं धन मिळविलेंस). The woman's heart trembled at the cry of a tiger (वाघाच्या किंकाळण्यानें स्त्रीचें हृदय कंप पावलें) भार्याः हृदयम् (37). (I) strove for the welfare of (my) friend (मी मित्राच्या कल्याणाकरितां झटलों) कल्याणाय अयते (9). Herdsmen led the goats to the village (मेंडपाळांनीं मेंढरें गांवास नेलीं) गोपाः अजान (37). (You) beat the man (तुम्हीं त्या मनुष्याला मारलें). The jackal died (कोल्हा मेला). शृगालः अम्रि० (36, 11). Learned men entered the court of the king. (राजाच्या सभेमध्यें पंडितांनीं प्रवेश केला). You touched the dead body (तुम्ही मृत शरिराला शिवलां). Women danced in the palace (राजवाड्यांत स्त्रिया नाचल्या). नार्यः अनृ० (36, 11). We asked Mâṇavaka the way (आम्हीं माणवकाला वाट विचारली). The pain was endured by Râma (रामानें

दुःख सोसलें). क्लेशः रामेण असह्यत (36,9). (I) spoke to the Goddess (मी देवीला बोललों). The wicked giant was killed (दुष्ट राक्षस मारला गेला) नृशंसः राक्षसः अहन्यत (36,36,11). (Thou) disregardedst the king's order (तूं राजाचा हुकूम मानिला नाहींस). The sages were pleased by the modesty of Lava (लवाच्या नम्रतेनें ऋषि खूष झाले) विनयेन ऋषयः अतुष्यन् (7, 36, 11). The father was served by Hari (हरीनें बापाची सेवा केली) जनकः असे० (36, 11). (We) lived on the summit of Chitrakûta (चित्रकुटाच्या शिखरावर आम्ही राहिलों) शिखरे अवसाम (11). I saw a jackal and a tiger (मीं वाघ आणि कोल्हा पाहिला) च ऐक्षे (1). (They) fainted at the loss of wealth (द्रव्याच्या नाशानें ते मूर्छित झाले). नाशेन अमु० (9). Much wealth was given to Brâhmaṇas by a king (राजाकडून पुष्कळ द्रव्य ब्राह्मणांस दिलें गेलें) ब्राह्मणेभ्यः अत्य० (36, 11). The earth trembled at the movements of Chandrâpîḍa's army (चंद्रापीडाच्या सैन्याच्या चालण्यानें पृथ्वी हालली) मही अकम्पत (10). We released the bird from the cage (आम्हीं पक्ष्याला पिंजऱ्यांतून सोडून दिलें). पञ्जरात विहगम् (17).

वृक्षस्यच्छायायामुपाविशाम (23)। भृत्यानामपराधानक्षमत। गङ्गाया जलेषु ब्राह्मणा अपतन् (37, 37)। अश्वाः समराङ्गणमधावन्। जनकस्याज्ञा रामोऽन्वरुध्यत (37, 36, 11)। हरिर्नारायणात् संगीतमशिक्षत (38)। आम्रस्य फलान्यस्वादे (10)। दूता अयोध्यामगच्छन् (37)। असत्यमभाषथाः। मित्रस्याभ्युदये कृष्णोऽमोदत (9, 36, 11)। तदा कौशाम्ब्यामवसत। रामस्य पराक्रमैर्व्यस्मयत 38। अरिणा युध्यथाः। नृपस्याज्ञया शठोऽताड्यत (9, 36, 11)। निष्कानगणयत। रामेण ऋषेराशीर्वाद ऐष्यत (6,38,37)। देवानां प्रसादेनारीनजयत (9)। मदिरायाः स्थाने जलमपिबाम। अता गृहं पुस्तकान्यहरत (36, 10)। द्यो रविरुज्ज्वलं प्राकाशत (36, 38)। स्तेनेन निशायां गृहं प्राविश्यत। सेनापतिं सेनां चापश्याम (9)। नृपं समराङ्गणादहरन् (17)। अरिपु बाणानमुञ्चन्। कुसुमानां मालाया ग्रथनमारभे (37).

Lesson XVIII.

The Pâṇḍavas obtained the kingdom (पांडवांनीं राज्य मिळविलें) पांडवाः राज्य० (37). Pupils saluted their tutors (शिष्यांनीं गुरूंना अभिवंदन केलें) आचार्यान् शिष्याः अ० (19, 37). Ministers spoke to the king (प्रधान राजाला बोलले) सचिवाः भूपं (37). Two flowers dropped down from the braid of hair of the woman (स्त्रीच्या केंसांच्या बुचड्यांतून दोन फुलें पडलीं) पुष्पे अस्रं० (5). You were laughed at by the people (लोकांकडून तुमचे हंसें झालें). We saw a crowd of men in the street (रस्त्यांत आम्हीं लोकांची झुंड पाहिली). Râma's pains ended (रामाचीं दुःखें नाहींशीं झालीं) दुःखानि अध्वं० (10). (You two) were not ashamed of forsaking (your) friends (मित्रांना सोडण्याबद्दल तुम्हां दोघांना शरम वाटली नाहीं) न अलज्ज० (9). Parrots flew up from the the trees (पोपट झाडांवरून उडाले) शुकाः उद्० (37). Two deer were killed by hunters (दोन हरिण पारध्यांकडून मारले गेले) मृगौ अह० (12). We strove for the happiness of men (मनुष्यांच्या सुखाकरितां आम्ही झटलों) सुखाय अय० (9). Demons rivelled with gods (देवांबरोबर दैत्यांनीं स्पर्धा केली) सह असुराः अस्प० (9, 37). Women sported in the moonlight with (their) lovers (स्त्रिया प्रियकरांबरोबर चांदण्यात रमल्या). We were asked by people "When did you return from Ujjain ?" ("तुम्ही उज्जनीहून परत केव्हां आला" असें आम्हांला लोकांनीं विचारलें) जनैः अपृ० (38). Trees shook by the wind (वाऱ्यानें झाडें हाललीं) वृक्षा अक० (37). Generals rejoiced at the defeat of the enemies (शत्रूंच्या पराभवानें सेनापतींना आनंद झाला) जयेन अमोद० (9). Thieves entered the house, but got no wealth (चोर घरांत शिरले, परंतु त्यांना द्रव्य मिळालें नाहीं) प्राविशन् चोराः (25, 39) न अलभन्त (9). The daughters bowed to their father (मुलींनीं बापाला नमस्कार केला) कन्याः अव० (37). We learnt (the use of) missiles from the preceptor

(आम्ही गुरूपासून अस्त्रें शिकलों). आचार्यात् अस्त्राणि अशिक्षामहि (17,10). They shone by valour and the strength of knowledge (ते शौर्यानें व विद्येच्या सामर्थ्यानें शोभले) विद्यायाः च (39). The farmers began the sowing of seeds (शेतकऱ्यांनीं बीं पेरणें आरंभिलें) बीजस्य आरो० (9). Náráyaṇa's wicked deeds did not please his father (नारायणाच्या दुष्ट कृत्यांनीं बापास संतोष दिला नाहीं) न अरोचन्त (9). Hari's wealth increased by industry (हरीची संपत्ति उद्योगानें वाढली) उद्यमात् हरेः धनानि अवर्धन्त (17, 32, 38, 10). We did not suspect evil (आम्हांला अनिष्टाची शंका आली नाहीं) न अनिष्टं (9). Heaps of money were given to Brâhmaṇas (धनाच्या राशी ब्राह्मणांना दिल्या गेल्या). राशयः ब्राह्मणेभ्यः अदी० (36, 36, 11).

कपयो राक्षसैः सहायुध्यन्त (36, 9)। काश्यां पण्डितानभाषावहि। स्वास्थ्येनोपालम्भमसहन्त (7)। प्राच्यां तारके प्रकाशेताम्। नरैः प्राशस्यध्वम्। रामेणादिश्येथाम् (9)। भोजनाय ऋषीन् न्यमन्त्रयामहि (6)। दूता अयोध्यायाः कदा न्यवर्तन्त (37)। हरेः कृपां नापैक्षामहि (9)। पुस्तकानि पाठशालायामलभामहि। परीक्षकौ कन्ये नृत्ये पर्यैक्षेताम्। जनन्या दर्शनेनामोदावहि (37, 9)। कार्यं नारभेथाम् (9)। ऋषिमनन्दावहि। नृपाववधीरणामाशङ्केताम् (17)। गन्धर्वाणां कुलेऽजायामहि (11)। विहगा नायकस्योपदेशमवाधीरयन्त जालेऽपतंश्च (37,7, 11, 25, 39)। नृपेण ब्राह्मणानामपराधा अक्षम्यन्त (37)। व्याघ्रस्य दर्शनेन भयादकम्पेथाम् (17)। गजस्य ग्रहणायायतध्वम् (9)। बालौ जननीं विना नारमेताम् (9)। रामस्य गुणाः कविभिः प्राशस्यन्त। उद्यमेन प्रभूतं धनमलभन्त। कन्यां वनेऽमृगयेताम् (11)। आम्रे पान्थाभ्यामस्वाद्येताम्।

Lesson XIX-XX

Masculine and neuter nouns ending in उ and ऋ.
(उकारान्त व ऋकारान्त पुल्लिंगी व नपुंसकलिंगी नामें).

Case terminations.

	For masculine & neuter ending in उ (उकारान्त पु. व नपुं. करितां)						For masculine & neuter ending in ऋ (ऋकारान्त पु. व नपुं. करितां)					
	S.	D.	P.	S.	D.	P.	S.	D.	P.	S.	D.	P.
nom. प्र.	स्	–	अस्	–	ई	इ	स्	औ	अस्	–	ई	इ
acc. द्वि.	म्	–	न्	–	ई	इ	अम्	औ	न्	–	ई	इ
inst. तृ.	ना	भ्याम्	भिस्	आ	भ्याम्	भिस्	आ	भ्याम्	भिस्	आ	भ्याम्	भिस्
dat. च.	ए	भ्याम्	भ्यस्	ए	भ्याम्	भ्यस्	ए	भ्याम्	भ्यस्	ए	भ्याम्	भ्यस्
abl. पं.	अस्	भ्याम्	भ्यस्	अस्	भ्याम्	भ्यस्	–	भ्याम्	भ्यस्	अस्	भ्याम्	भ्यस्
gen. ष.	अस्	ओस्	नाम्	अस्	ओस्	नाम्	–	ओस्	नाम्	अस्	ओस्	नाम
loc. स.	औ	ओस्	षु	इ	ओस्	षु	इ	ओस्	षु	इ	ओस्	षु
voc. सं.	–	–	अस्	–	ई		–	औ	अस्	–		

It will be observed that the terminations for nouns ending in उ are exactly the same as for nouns ending in इ. (उकारान्त नामांचे प्रत्यय आणि इकारान्त नामांचे प्रत्यय एकच आहेत, हें सहज लक्षांत येईल.)

Special rules applicable to nouns ending in उ (उकारान्त नामांस लावण्याचे विशेष नियम).

(a) Masculine nouns (पुल्लिंगी नामें).

(i) The final उ is lengthened in nom. & acc. dual & before न् of acc. plu. (प्र. व द्वि. यांच्या द्विवचनांत व द्वितीयेच्या अनेकवचनांत उ दीर्घ होतो.) e. g. गुरु–गुरू, गुरून् । भानु–भानू, भानून् ।

(ii) The final उ is *guṇated* before अस् and ए and in voc. sing.; and the अ of abl. & gen. sing. अस् is dropped after ओ. (नामाच्या अन्त्य उचा अस् व एपूर्वी आणि संबोधन एकवचनांत गुण होतो; आणि पं. व ष. विभक्तींच्या अस्च्या अचा ओपुढें लोप होतो.) मृत्यु–मृत्यवः 12. मृत्योः । मृत्यवे 12. बन्धु–बन्धवः । बन्धोः । बन्धवे ।

(iii) The final उ is dropped before औ (अन्त्य उचा औपूर्वी लोप होतो.) भानु–भानौ 8 । मृत्यु–मृत्यौ । गुरु–गुरौ ।

(b) Neuter nouns. (नपुंसकलिंगी नामें).

(i) न् is added to the noun before terminations beginning with a vowel. (उकारान्त नपुंसक नामांना स्वरारंभित प्रत्ययापूर्वी न लागतो.) वस्तु–वस्तुन्+ई=वस्तुनी । मधु–मधुनी । मधुन्+अस्=मधुनः 35 ।

(ii) उ is lengthened in nom. and acc. plural. (प्र. व द्वि. बहुवचनांत उ दीर्घ होतो.) मधु–मधून्+इ=मधूनि ।

(iii) In voc. sing. उ is optionally *guṇated* (संबोधनाच्या एकवचनांत उचा विकल्पानें गुण होतो.) वस्तु–वस्तु, वस्तो ।

Special rules applicable to nouns ending in ऋ

(ऋकारान्त नामांस लागणारे विशेषनियम.)

(a) MASCULINE NOUNS. (पुल्लिंगी नामें.)

(i) The ऋ is changed to आर् before the terminations of the dual and plu. of the nom. and the sing. and dual of the acc. But in the case of पितृ, भ्रातृ, जामातृ, देवृ, नृ, and सव्येष्टृ it is changed to अर्. In the nom. sing. the ऋ is changed to आ in all cases and the termination स् is dropped. (प्रथमा द्विवचन व बहुवचन आणि द्वितीया एकवचन व द्विवचन यांच्या प्रत्ययापूर्वी ऋचा आर् होतो. परंतु पितृ, भ्रातृ, जामातृ, देवृ, नृ, सव्येष्टृ या शब्दांतील मात्र ऋचा अर् होतो. प्रथमा एकवचनांत मात्र सर्व शब्दांच्या ऋचा आ होतो आणि स् प्रत्ययाचा लोप होतो.)

e. g. कर्तृ–कर्ता, कर्तारौ, कर्तारः । कर्तारम्, कर्तारौ ।

भ्रातृ–भ्राता, भ्रातरौ, भ्रातरः । भ्रातरम्, भ्रातरौ ।

नेतृ–नेता, नेतारौ, नेतारः । नेतारम् , नेतारौ ।
पितृ–पिता, पितरौ, पितरः । पितरम्, पितरौ ।
भर्तृ–भर्ता, भर्तारौ, भर्तारः । भर्तारम्, भर्तारौ ।

(ii) ऋ is lengthened before the न् of acc. plu. (द्वि. बहुवचनाच्या न्पूर्वी ऋ दीर्घ होतो.) e. g. पितॄन् । देवॄन् । भर्तॄन् । कर्तॄन् ।

(iii) In abl. and gen. singulars ऋ is changed to उर् and in loc. sing to अर्. Voc. singular is formed by changing ऋ to अर्. (पं. व ष. एकवचनांत ऋचा उर् होतो व स. एकवचनांत अर् होतो. संबोधनाच्या एकवचनांतही ऋचा अर् होतो.) e. g पितृ–पितुः । पितरि । पितः
28. कर्तृ–कर्तुः । कर्तरि । कर्तः । देवृ–देवुः । देवरि । देवः । नृ–नुः । नरि । नः ।

(b) NEUTER NOUNS. (नपुंसकलिंगी नामें.)

(i) न् is added to the noun before terminations beginning with a vowel. (स्वरारंभित प्रत्ययापूर्वी नामाला न् लागतो.) e g कर्तृ–कर्तृन्+ई=कर्तृणी 26. कर्तृन्+आ=कर्तृणा ।

(ii) ऋ is lengthened in nom. & acc. plurals (प्र. व द्वि. बहुवचनांत ऋ दीर्घ होतो) e. g. कर्तृ–कर्तॄन्+इ=कर्तॄणि ।

(iii) In voc. sing. ऋ is optionally *gunated*. (संबोधनाच्या एकवचनांत ऋचा विकल्पानें गुण होतो.) e. g. कर्तृ–कर्तः or कर्तृ ।

A RULE APPLICABLE TO ALL NOUNS.

(सरसकट सर्व नामांस लागणारा नियम.)

The final vowel is lengthened before नाम् of gen. plu. (ष. अनेकवचनांतील नाम्पूर्वी कोणताही अन्त्य स्वर दीर्घ होतो.) e. g. गुरु–गुरूणाम् । मधु–मधूनाम् । पितृ–पितॄणाम् । देवृ–देवॄणाम् । रक्षितृ–रक्षितॄणाम् । द्रष्टृ–द्रष्टॄणाम् । प्रभु–प्रभूणाम् । The word नृ is an exception. It optionally lengthens ऋ. (नृ शब्द अपवाद आहे. ऋ विकल्पानें दीर्घ होतो.) नृ–नृणाम्, नॄणाम् ।

Students should learn by heart the declensions of गुरु m, मधु, n, कर्तृ n, नेतृ m. भ्रातृ m. given in the 1st Book.

(पहिल्या पुस्तकांत गुरु, मधु, कर्तृ, नेतृ, भ्रातृ, या शब्दांचीं रूपें दिलीं आहेत, तीं विद्यार्थ्यांनीं तोंडपाठ करावीं).

As the students are now well-acquainted with *sandhis, sandhi* rules are not pointed out from lesson XIX.

LESSON XIX.

S'iva conquers (शंकर जिंकतो). Two arms throb (दोन बाहु स्फुरण पावतात). Trees shake by the wind (वाऱ्यानें झाडें हालतात). Bees drink honey (भृंगे मध पितात). Men wish for riches (मनुष्यें संपत्ति इच्छितात). Indra conquered the enemies (इंद्रानें शत्रूंना जिंकिलें). A warrior throws two arrows on the enemy (वीर शत्रूवर दोन बाण सोडतो). The *châtaka* does not get even a drop of water (चातकाला पाण्याचा एक थेंबसुद्धां मिळत नाहीं). Vishṇu likes worship (विष्णूला पूजा आवडते). Servants were ordered by masters (चाकर धन्यांकडून आज्ञा केले गेले). I salute the author of the Universe (मी जगाच्या कर्त्याला नमस्कार करितों). I tell the rudenees of the pupil to his teachers (मी शिष्याचा उद्धटपणा त्याच्या गुरूंना सांगतों). Sitâ followed her husband's brother, Lakshmaṇa (सीता आपला दीर जो लक्ष्मण त्याच्या मागोमाग चालली). They call the husband of a daughter a " son-in-law " (कन्येच्या नवऱ्याला जांवई म्हणतात). A message is sent to the husband (नवऱ्याला निरोप पाठविला आहे). Tears drop upon cheeks of the woman from her eyes (नेत्रांतून अश्रू त्या स्त्रीच्या गालांवर पडतात). Amarâvatî was created by the architect of gods (देवांच्या कारागिरानें अमरावती केली). Fathers are saluted by sons (पुत्रांकडून बाप नमस्कार केले जातात). Râma is the son-in-low of Janaka (राम जनकाचा जांवई होय). The Pâṇdavas conquered their haters in a battle (पाण्डवांनीं युद्धांत द्वेष्ट्यांना जिंकिलें). A servant follows his master (सेवक धन्याच्या मागें जातो). A code of laws was composed by Manu (धर्मशास्त्र मनूनें रचिलें). People are created by the creator (विधात्यानें लोक उत्पन्न केले). On the way the water of the lake was drunk by the passers–by (तळ्याचें पाणी वाटेंत जाणाऱ्यांकडून प्यालें गेलें). The beggars did not get the donor (याचकांना दाता मिळाला नाहीं).

रामः शिशुभ्यो मोदकं यच्छति । पांसुनाकाशो भ्रियते । परशुरामः परशुना शत्रून् प्राहरत । मेघेभ्यो जलस्य बिन्दवः पतन्ति । नृपो नगरस्य रक्षितनाह्वयत् । शिशुः पितरमनुरुध्यते । अवन्त्याः प्रभुः सचिवानभाषत । हरिर्जिह्वया ताल्वस्पृशत् । नार्यो भर्तृभिः सहोद्यानमगच्छन् । ऋषयो मन्त्राणां द्रष्टार आसन् । जना विष्णुं पूजयन्ति । ऋतुपर्णः सव्येष्टृनवदत् । भ्राता लक्ष्मणेन सह रामोऽरण्यमगच्छत् । रावणस्य शीर्षाणी· षुभी रामेणाच्छिद्यन्त । मनुष्यैरनेकशो विघ्नेभ्यो* भयेन कार्यं नारभ्यते । भीमो बाहुभ्यां शत्रुणा सहायुध्यत । देवाः पापस्य कर्तृन् दण्डयन्ति । विमार्गेण गन्तारो जनैर्निन्द्यन्ते । धर्मो राष्ट्रस्य नाशाद्रक्षिता । दुर्जनस्य जिह्वाया अग्रे मधु तिष्ठति हृदये तु विषम् or दुर्जनस्य " मधुतिष्ठति जिह्वाग्रे हृदये तु हलाहलम् " । तरवश्छायया पान्थानाल्हादयन्ति । विश्वामित्रेण सह रामस्यारण्यं गमनं पित्रान्वमन्यत । वायुः श्यामान् मेघान् निरस्यति । जनाः क्षुधितेभ्योऽन्नस्य दातृन्प्रशंसन्ति । सीताया भर्ता देवा च सीतामन्वैष्येताम् ।

Lesson XX.

Flowers fell from the tree (झाडावरून फुलें पडलीं). Good results from the favour of S'iva (शिवाच्या कृपेनें कल्याण होतें). We obey the orders of preceptors (आम्ही गुरूंच्या आज्ञा पाळतों). Sages do not count the fear of death (साधू मरणाचें भय बाळगीत नाहींत). Râma has great respect for his father (रामाची बापाचे ठिकाणीं मोठी आदरबुद्धि आहे). The wish of the Creator of the universe cannot be transgressed (विश्वकर्त्याची इच्छा उल्लंघन करतां येत नाहीं). He does not endure the happiness of haters (द्वेष्ट्यांचें सुख त्याला सहन होत नाहीं.) A spot is seen on the moon (चंद्रावर डाग दिसतो). Râma behaves with affection towards his relations (राम आप्तांशीं स्नेहानें वागतो). There is sweetness in honey (मधांत गोडी आहे). The Brâh-

*भय, भीति, and like words are used with the ablative of the object of fear.

maṇa is the best among men (मनुष्यांमध्यें ब्राह्मण श्रेष्ठ होय). They get wealth from donors (दात्यांपासून त्यांना धन मिळतें). A messenger came from the Kurus (कुरुदेशाहून दूत आला). Ascribing something that is not real to a real thing is ignorance (एखाद्या वस्तूच्या ठिकाणीं खोट्या वस्तूचा आरोप करणें अज्ञान होय). He conquered the earth by the strength of his arms (त्यानें बाहूंच्या बलानें पृथ्वी जिंकली). Karṇa discharged arrows at Arjuna, Bhîma's brother (भीमाचा भाऊ अर्जुन यावर कर्णानें बाण सोडले). The falling of a sharp arrow on the delicate body of a deer is just like the falling of fire on a heap of cotton (हरिणाच्या नाजूक शरिरावर तीक्ष्ण बाण पडणें हें कापसाच्या राशीवर अग्नि पडण्याप्रमाणें आहे). Wealth being reduced, men are abandoned by their relations (संपत्ति कमी झाली कीं, लोक नातलगांकडून त्यागिले जातात). Gratitude is seen even in beasts (पशूंमध्येंसुद्धां कृतज्ञता दिसते). He commenced the story at the importunity of hearers (श्रोत्यांच्या आग्रहावरून ती गोष्ट त्यानें आरंभिली). Away with anger against a friend who tells a wholesome thing though unpleasant (न रुचणारी परंतु हितकर अशी गोष्ट बोलणाऱ्या मित्रावर रागावूं नकोस). The Indians have a great longing for getting a grandson (हिंदुलोकांना नातू होण्याची मोठी उत्कंठा असते). Sages have great compassion towards animals (साधूंची प्राण्यांवर फार दया असते). He takes his daughter to the house of his son-in-law (तो कन्येला जांवयाच्या घरीं नेतो).

रामो रघूणा मुख्यः । कर्तुः पुस्तकमलभे । लक्ष्मीर्विष्णोः पत्नी । श्रोतॄन् क्षमां याचते । जनको नप्तॄणां रथमैक्षत । नारायणो हरेर्जामातॄणामश्वानपश्यत् । आर्याः कुरुष्ववसन् । शुकस्तरावुपाविशत् । हरेर्नप्तुर्भूत्यो ग्राममगच्छत् । कर्णो दातृषु प्रथमः । सिंहः पशूनां प्रभुः । हरी रमाया भर्तुर्मित्रं । इन्दोर्बिम्बं वर्धते क्षीयते च । भ्रातू रामस्याज्ञया लक्ष्मणः सीतां वनेऽत्यजत् । त्वष्टुर्विश्वमजायत । भर्तुर्वार्तामलभत । बाहोर्बलेन शत्रूनजयत् । प्रबलाद्वायोरपि पर्वतानां भयं न विद्यते । प्रज्ञाः शिशुभ्योऽपि

ज्ञानं लभन्ते । हे शम्भो पापानि हृदयं पीडयन्ति । साधुष्वीश्वरे परमः स्नेहो दृश्यते । विहगास्तरूणां शाखासूपविशन्ति । भृत्याः प्रभूणामाज्ञा न लङ्घन्ते । भर्तुर्जनन्या गृहं गमनायानुज्ञामलभत । विष्णोर्भक्त्यैवैकुण्ठे वासो लभ्यते ।

Lesson XXI.

Case terminations (विभक्ति प्रत्यय).

FEMININE NOUNS (स्त्रीलिंगी नामें).

	Ending in इ or उ (इकारान्त किंवा उकारान्त)			Ending in ऊ (ऊकारान्त)			Ending in ऋ (ऋकारान्त)		
	S.	D.	P.	S.	D.	P.	S.	D.	P.
nom. प्र.	स्	–	अस्	स्	औ	अस्	स्	औ	अस्
acc. द्वि.	म्	–	स्	म्	औ	स्	अम्	औ	स्
inst. तृ.	आ	भ्याम्	भिस्	आ	भ्याम्	भिस्	आ	भ्याम्	भिस्
dat. च.	ए, ऐ	भ्याम्	भ्यस्	ऐ	भ्याम्	भ्यस्	ए	भ्याम्	भ्यस्
abl. पं.	अस्, आस्	भ्याम्	भ्यस्	आस्	भ्याम्	भ्यस्	–	भ्याम्	भ्यस्
gen. ष.	अस्, आस्	ओस्	नाम्	आस्	ओस्	नाम्	–	ओस्	नाम्
loc. स.	औ, आम्	ओस्	सु	आम्	ओस्	सु	इ	ओस्	सु
voc. सं	–	–	अस्	–	औ	अस्	–	औ	अस्

Special rules for feminine nouns ending in इ or उ.

(i) The इ or उ is lengthened in nom., acc., and vocative dual, acc. plu., gen. plu. (प्र.–द्वि.–सं. द्विवचन, द्वि. बहुवचन,

आणि ष. बहुवचन इतक्या स्थळीं इ किंवा उ दीर्घ होतो.) e. g. मुक्ति–मुक्ती। मुक्तीः। मुक्तीनाम्। रात्रि–रात्री। रात्रीः। रात्रीणाम् 26. धेनु–धेनू। धेनूः। धेनूनाम्। रज्जु–रज्जू। रज्जूः। रज्जूनाम्।

(ii) Before अस् and ए the final इ or उ is *guṇated*, and the अ of अस् in abl. & gen. sing. is dropped after the *guṇa* of इ or उ. (अस् आणि ए या प्रत्ययांपूर्वीं इचा किंवा उचा गुण होतो, आणि या गुणापुढें पं. व ष. एकवचनांतील अस् प्रत्ययाच्या अचा लोप होतो.) e. g. रति–रतयः। रतये। रतेः। बुद्धि–बुद्धयः। बुद्धये। बुद्धेः। पृथु–पृथवः। पृथवे। पृथोः।

Special rules for feminine nouns ending in ऊ.

(i) The voc. sing. is formed by shortening the final ऊ. (अन्त्य ऊकार ह्रस्व करून संबोधनाचें एकवचन सिद्ध करतात.) e. g. वधू–वधु। श्वश्रू–श्वश्रु।

Special rules for feminine nouns ending in ऋ.

(i) the ऋ is changed to अर् in nom. dual and plu. and acc. sing. and dual. But स्वसृ changes it to आर्. (प्र. द्विवचन व बहुवचन आणि द्वि० एकवचन व द्विवचन यांच्या प्रत्ययांपूर्वीं ऋचा अर् होतो. मात्र स्वसृ शब्दांत ऋचा आर् होतो.) मातृ–मातरौ। मातरः। मातरम्। स्वसृ–स्वसारौ। स्वसारः। स्वसारम्।

(ii) In nom. sing ऋ is changed to आ and the termination स् is dropped. (प्र० एकवचनांत ऋचा आ होतो आणि स् प्रत्ययाचा लोप होतो.) मातृ–माता। स्वसृ–स्वसा। ननान्दृ–ननान्दा।

(iii) In abl. and gen. singulars ऋ is changed to उर् and in loc. sing. to अर्. Voc. sing. is formed by changing ऋ to अर् (पं. व ष. एकवचनांत ऋचा उर् होतो, व स. एकवचनांत अर् होतो. संबोधनाच्या एकवचनांतही ऋचा अर् होतो.) मातृ–मातुः। मातरि। मातः। यातृ–यातुः। यातरि। यातः।

(iv) ऋ is lengthened before स् of acc. plu. and नाम् of

gen. plu. (द्वि० बहुवचनी प्रत्यय **स्** आणि ष. बहुवचनी प्रत्यय **नाम्** यांपूर्वी **ऋ** दीर्घ होतो.) दुहितृ–दुहितॄः । दुहितॄणाम् ।

The Feminine bases of nouns in **तृ** like कर्तृ, नेतृ, द्रष्टृ, are formed by adding **ई** to them, and then those bases (i. e. कर्त्री, नेत्री, द्रष्ट्री,) are declined like **नदी**. [कर्तृ, नेतृ, द्रष्टृ, इत्यादि **तृ**कारान्त नामांचीं स्त्रीलिंगी अंगें **ई** प्रत्यय लागून सिद्ध होतात, व तीं अंगें (म्हणजे कर्त्री, नेत्री, द्रष्ट्री,) **नदी** शब्दाप्रमाणें चालतात.]

Students should learn by heart the declensions on pages 80–81 of the First Book. (पहिल्या पुस्तकाच्या ८०–८१ पानांवर चालविलेले शब्द विद्यार्थ्यांनीं तोंडपाठ करावे.)

Lessons XXI.

The fame of a good man spreads in the world (चांगल्या मनुष्याची कीर्ति जगांत पसरते). A bold man does not leave courage in a difficulty (धीट मनुष्य संकटीं धैर्य सोडीत नाहीं). Râma embraces his son with affection (राम पुत्राला प्रेमानें अलिंगितो). He worships God for absolution (तो मुक्तीकरितां देवाला भजतो). He came from the residence of Yakshas (तो यक्षांच्या रहाण्याच्या स्थलाहून आला). Misery results from a wicked act (दुष्ट कृत्यापासून दुःख उत्पन्न होते). Madana is the lover of Rati (मदन रतीचा प्रियकर होय). God is the protector of the earth (ईश्वर जगाचा पालनकर्ता आहे). The greatness of talent is for (brings) fame (बुद्धीची वृद्धि कीर्तीकरितां [कीर्ति करणारी] होते). He sits on the ground (तो जमिनीवर बसतो). Râma's mothers went to the hermitage of their son-in-law, Rishyas`ringa (रामाच्या माता आपला जांवई ऋष्यशृंग याच्या आश्रमाला गेल्या). Sîtâ took leave of her husband's brother's wives and her husband's sister, and then went to the father's house (सीतेनें जावांचा व नणंदेचा निरोप घेतला आणि नंतर ती बापाच्या घरीं गेली). Raghu's father protected Vasishṭha's cow (रघूच्या बापानें वसिष्ठाची गाय राखली).

Nârâyana's actions do not please Hari (नारायणाचीं कृत्यें हरीला खूष करीत नाहींत). A S'ûdra is not authorised in (to learn) Veda (शूद्राला वेदाचा अधिकार दिलेला नाहीं). Wise men do not count the praises or censures of fools (शहाणे लोक मूर्खांच्या निंदांला अगर स्तुतीला मोजीत नाहींत). A king is served by his ministry (राजा प्रधानमंडळाकडून सेविला जातो). A herdsman protects two cows (गुराखी दोन गाई राखतो). Young women bring water from the river (तरुणी नदीवरून पाणी आणतात). The mother-in-law feels affection for her son-in-law (सासू जांवयावर प्रीति करते.) He sees the brightness of the moon (तो चंद्राचा चकचकीतपणा पाहतो). He experiences the fruit of good actions (तो चांगल्या कृत्यांचें फळ अनुभवितो). Talent goes astray by avarice (लोभानें बुद्धि भ्रष्ट होते). Hari is good by nature (हरि स्वभावानें भला आहे). Râma offered balls of rice to his father and mother (रामानें आईबापांना पिंड दिले). Duty is told in Smriti (स्मृतीमध्यें धर्म सांगितला आहे).

सीता ननान्दुर्भर्तारमूष्यश्रङ्गमनमत् । जात्या विश्वामित्रः क्षत्रिय आसीत् पश्चाद् ब्राह्मणोऽभवत् । शम्बूको जात्या कृषीवलः । सीता सदा श्वश्रूमप्रीणयत् । नृपस्यामात्यो नीतौ निपुणः । स्मृतिषु मनोः श्रेष्ठा । महाराष्ट्रे वधूनां विनयः प्रशस्यः । रामः स्वसारं शान्तामैक्षत मातरमनमच्च । रामः पुरुषं जातिमपृच्छत् । जना भूतिं वाञ्छन्ति । आङ्ग्ला आङ्ग्लभूमेरिहागच्छन्ति । एलापुरस्य सन्निधौ विवरेषु देवानां बहवो मूर्तयः सन्ति । हरी रात्रीर्ध्यानेऽनयत् । कृष्णस्य बहवो दुहितर आसन् । शौर्यं कीर्तये भवति । मनुष्यस्य प्रकृतिः कृतिभ्यो ज्ञायते । नारायणस्य नाशो दुष्कृत्यानां फलम् । धृतिर्नराणां परमं भूषणम् । ईश्वरे परमः स्नेहो भक्तिरभिधीयते । नरस्य बुद्धेर्विकासः शिक्षणस्य परिणामः । सीतायाः मुखं कान्त्येन्दुरिव वर्तते । गजस्य गतिर्मन्दा । पिता दुहितृभ्यः प्रभूतं धनमयच्छत् । स्वसुरुपहारः प्रीतेश्चिह्नमासीत् ।

Lessons XXII–XXIII.

TERMINATIONS OF THE IMPERATIVE MOOD.

(आज्ञार्थाचे प्रत्यय.)

Person		परस्मैपद.			आत्मनेपद.	
पुरुष.	S.	D.	P.	S.	D.	P.
1st प्र०	आनि	आव	आम	ऐ	आवहै	आमहै
2nd द्वि०	–	तम्	त	स्व	इथाम्	ध्वम्
3rd तृ०	तु	ताम्	अन्तु	ताम्	इताम्	अन्ताम्

The bases should be formed according to the rules about conjugational signs and the above terminations should be added observing the general and special *Sandhi* rules given in lessons I–IV. (गणप्रत्यय धातूंना नियमानुसार लावून अंगें सिद्ध करावीं आणि या अंगांना १–४ धड्यांत दिलेल्या सामान्य व विशेष सन्धिनियमानुसार आज्ञार्थाचे प्रत्यय जोडावे.)

The Imperative Mood shows (1) order, (2) permission, (3) wish, (4) request, (5) prayer, (6) blessing, (7) advice, or (8) proposal. [**आज्ञार्थ** (१) आज्ञा, (२) अनुज्ञा, (३) इच्छा, (४) विनन्ति, (५) प्रार्थना, (६) आशीर्वाद, (७) उपदेश, (८) सूचना दर्शवितो.] e. g. (१) अयोध्यां दूता गच्छन्तु । (२) सुवर्णकारस्सुवर्णं तोलयतु । (३) भूपतयः सर्वदा प्रजा धर्मेण रक्षन्तु । (४) आसनयोर्निषीदतम् । (५) पितरौ प्रसीदतम् । (६) जनः सदानन्दमनुभवतु । (७) सत्यान्मा प्रमाद्याम । (८) वयस्योपवनं प्रविशाव ।

Lesson XXII.

Let truth conquer (सत्याचा जय होवो). Child, bow to your father (मुला, बापाला नमस्कार कर). Let messengers go to Ayodhyâ (दूत अयोध्येला जावोत). Let the two sons mount the horse (दोघां पुत्रांना घोड्यावर बसूं द्या). Oh, oh, do not abandon modesty (अरे, अरे, विनय टाकूं नका). O two female friends, bring flowers (दोघी मैत्रिणींनों, फुलें आणा). Oh friend, let us both enter the garden (मित्रा, आपण दोघे उपवनांत प्रवेश करूं या). Abandon water and drink ghee (पाणी सोड, आणि तूप पी). How am I to live in the proximity of tigers ? (मी वाघांच्या सान्निध कसा राहूं ?). Let the world overcome difficulties and find welfare (जग संकटांतून पार पडो व चांगलें पाहो). Let men's diseases perish (मनुष्यांचे रोग नष्ट होवोत). Let the two peacocks dance on the top of the palace (दोन मोर राजवाड्याच्या शिखरावर नाचोत). Children, do not tell falsehoods (मुलांनों, खोटें बोलूं नका). You two, sit on the two seats (तुम्ही दोघे दोन आसनांवर बसा). Child, call the mother (बाळा, आईला हांक मार). May the kings always protect the subjects according to duty (राजे नेहमीं धर्माला अनुसरून प्रजेचें रक्षण करोत). Let people always experience joy (लोक नेहमीं आनंद अनुभवोत). Teach the retaliation on the enemy (शत्रूचा प्रतिकार करण्याचा उपाय शिकवा). Parents, favour (me) (आई व बाबा, कृपा करा). Let us not fall off from the truth (सत्यापासून आपण च्युत होऊं नये). Let the goldsmith weigh gold (सोनाराला सोनें तोलूं दे). Act according to the word of parents and preceptor (आईबाप व गुरु यांच्या म्हणण्याप्रमाणें वाग). Honour the worthy (पूज्य लोकांना मान दे). Let the travellers rest under the shade of the tree (वृक्षाच्या छायेंत प्रवाश्यांना विसावा घेऊं दे). Let the two children wash hands (दोन मुलांना हात धुवूं दे).

आतुरभिधानं कथय । बालकाः शालां गच्छत पाठं पठत च । ईश्वरो नृपं रक्षतु । प्रज्ञानामुपदेशाननुसराम । देवास्तुष्यन्तु । हरे माधव च मा जल्पतम् । रामस्य विजये शङ्कां त्यज । जनानां शत्रव एवं नश्यन्तु । दरिद्रेभ्यो धनं यच्छ । चाण्डाल ब्राह्मणं मा स्पृश । सोमं पिबतु । वंशस्य सुकृतीः स्मरतु । नराणां स्तुतीरर्हाम । मित्राणामपराधान् क्षम्याम । वत्स पितरं दृढमाश्लिष्य । बालका मूकानि सत्त्वानि मा पीडयत । हरेश्चित्तं क्रोधेन न क्षुभ्यतु । पापे मा लुभ्याम । गोपो धेनूर्गृहं नयतु । नराणां सुवर्णस्य तृष्णा क्षयतु । पुत्रौ मातरं प्रीणयताम् । भिक्षुका व्रीहिनुञ्छन्तु । मूर्खा जल्पन्तु ।

LESSON XXIII.

Fight with enemies (शत्रूबरोबर लढ). Let the mind get peace (मनाला स्वस्थता मिळो). Pupils, salute (your) tutors (विद्यार्थ्यांनों, शिक्षकांना नमस्कार करा). May the kings strive for the welfare of subjects (राजे प्रजेच्या कल्याणाकरितां झटोत). Let the two girls learn singing (दोन मुलींना गाणें शिकूं द्या). You both, serve (your) master (तुम्ही दोघे धन्याची चाकरी करा). How can I endure (the) pain ? (मी दुःख कसें साहूं ?). Let us strive for fame (कीर्तीकरितां आपण प्रयत्न करूं या). King, may you conquer (राजा, तुझा विजय असो). Do not praise the virtues of (your) brother (भावाच्या गुणांची प्रशंसा करूं नका). May people rejoice at the abundance of corn (लोक धान्याच्या समृद्धीनें आनंदी होवोत). (You two), observe proper conduct (तुम्ही दोघे आचार पाळा). May the desire of men for religion increase (मनुष्यांची धर्माकडे प्रवृत्ति वाढो). Let the two jackals die (दोन कोल्हे मरूं देत). Let the news be heard (वार्ता ऐकिल्या जावोत). Resort to civility (सभ्यतेचें अवलम्बन कर). Let the king's sons shine by (their) valour (राजाचे मुलगे पराक्रमानें प्रकाशोत). Let the mind of pupils feel happy in learning (विद्यार्थ्यांचें चित्त विद्येंत रमो). Let us begin singing (आपण गाणें आरंभूं या). Let distress be endured by kings for the welfare of subjects (प्रजेच्या कल्याणाकरितां राजांनीं दुःखें सोसावीं). See the beauty of the forest (अरण्याची शोभा पहा). Let us both not tell untruth even in a difficulty (आपण दोघे संकटांतसुद्धां खोटें बोलणार नाहीं). You two should not suspect evil (तुम्ही दोघे अनिष्टाची शंका घेऊं नका). Let the trees look beautiful by the appearance of fruit (फलांच्या लागानें झाडें सुंदर दिसोत). Do not expect welfare from bad deeds (दुष्कृत्यांपासून कल्याणाची आशा बाळगूं नका).

नृपस्य शत्रून् वेपध्वम् । आम्रं स्वादस्व । संस्कृतस्याध्ययनमारभध्वम् । ईश्वरस्याज्ञा अनुरुध्यामहै । इन्दुः प्रकाशताम् । पुस्तके अत्र नीयेताम् । देवदत्तं शत्रुं मा मन्येथाम् । नराणां भूतौ मोदध्वम् । खल म्रियस्व । दुष्कृतिभिर्नरा लज्जन्ताम् । औषधस्य गुणाः परीक्ष्यन्ताम् । पात्रेभ्यो धनं दीयताम् । नराः सदा सत्यं मृगयन्ताम् । पापान् मा कत्थध्वम् । वृक्षस्य शाखाभ्यो विहगा डयन्ताम् । साधूनामृजुतायां शठा विहसन्तु । ब्राह्मणेभ्यो धान्यस्य राशयो दीयन्ताम् । नृपस्य सूनुर्जायताम् । कामान् बिन्दस्व । पितुराज्ञा मावधीरयै । शत्रून् निषूदयाव । भर्त्रा भृत्यस्यापराधौ क्षम्येताम् । श्रमेण धनं लभध्वं मा याचध्वम् । बालकौ मोदकान् स्वादेताम् । युद्धे न हन्यावहै ।

Lesson XXIV.

Many verbal derivatives or participles are of very frequent occurrence in Sanskrit Literature; and the most important of them of very common roots are given in this lesson. The rules for the formation of these derivatives will be learnt in detail later on. For the present the forms given in this lesson should be learnt by heart. (संस्कृत भाषेंत धातुसाधितांचा उपयोग फार होतो, म्हणून कांहीं सामान्य धातूंचीं धातुसाधितें या धड्यांत दिलीं आहेत. हीं साधण्याचे तपशीलवार नियम पुढें सांगण्यांत येतील. तूर्त या धड्यांत दिलेलीं धातुसाधितांचीं रुपें तोंडपाठ करावीं).

The following table shows the participles mentioned in this lesson, together with their terminations and translations. (खालील कोष्टकांत या धड्यांत आलेल्या धातुसाधितांचीं नांवें, प्रत्यय, व भाषान्तर, हीं दाखविलीं आहेत).

I	Participle (धातुसाधित)	Termination (प्रत्यय)	Weak or strong (अविकारी किंवा विकारी)	Translation (भाषान्तर)
	Past participle (adj.) भूतकालाचें धातुसाधित (वि०)	त	अविकारी	कृ–कृत–done केलेला-लें. गम्–गत gone. गेलेला–लें.

II Infinitive of Purpose हेतुदर्शक धातु-साधित अव्यय	तुम्	विकारी	श्रु–श्रोतुम् to hear ऐकण्यास. गम्–गन्तुम् to go. जाण्यास.
III Indeclinable past participle or absolutive (भूतकालाचें धातुसाधित अव्यय)			
(a) when the root is not preceded by a preposition (धातूमागें उपसर्ग नसल्यास)	त्वा	अविकारी	कृ–कृत्वा, having done करून. दृश्–दृष्ट्वा, having seen. पाहून.
(b) when the root is preceded by a preposition (उपसर्ग असल्यास)	य	अविकारी	अनुभू–अनुभूय-having experienced अनुभवून
(c) when the root is preceded by a preposition and also	त्य	अविकारी	अपकृ-अपकृत्य having injured अपकार करून. विजि–विजित्य having

	ends in a short vowel (धातूमागें उप-सर्ग असून, धातूचा अन्त्य स्वर ऱ्हस्व असल्यास)		conquered जिंकून.
IV	Parasmai-pada pre-sent parti-ciple (adj) (परस्मैपदी वर्त-मानकाळीं धातु-साधित विशे०)	* अत्	गम्–गच्छत्, going, जात असलेला.
V	Atmanepada Pres. Part. (adj.) (आत्मनेपदी वर्तमानकाळीं धातुसाधित विशेषण)	† मान	सेव–सेवमान serving सेवा करीत असलेला.

The feminine base of the Past Part. Adjective (I) is formed by adding आ and it is declined like शाला. (भूतकालच्या धातुसाधित विशेषणाचें स्त्रीलिंगी अंग आ प्रत्यय लागून होतें व तें शाला शब्दाप्रमाणें चालतें.) e. g.

गत—गता f, श्रुत—श्रुता f, दग्ध—दग्धा f.

The feminine base of the Parasm. Pres. Part (IV) is formed by adding ई and inserting न् before the त् of

---

*The root undergoes the same change before अत्, as does before अन्ति of the third person present. (वर्तमानकाळीं बहुवचनाच्या अन्तिपूर्वी जे फरक होतात, तेच या अत्पूर्वी होतात.)

† मान is added to the base of the root. (धातूच्या अंगास मान प्रत्यय लावितात.)

अत् in the case of roots of 1st, 4th and 10th conjugations. In the 6th conj. the insertion of न् is optional. (परस्मैपदी वर्त॰ धातुसाधित विशेषणाचें स्त्रीलिंगी अंग ई प्रत्यय लागून होतें, आणि हा ई प्रत्यय लागतांना अत् प्रत्ययांतील त्च्या पूर्वी न् हा आगम पहिल्या, चवथ्या व दहाव्या गणांत येतो. सहाव्या गणांत हा आगम विकल्पानें येतो.) e. g. गच्छत्–गच्छन्ती f. नृत्यत्–नृत्यन्ती f. चोरयत्–चोरयन्ती f. दिशत्–दिशती, दिशन्ती f.

The feminine base of the Atm. Pres. Part. (V) is formed by adding आ. (आत्मनेपदी वर्त. धातुसाधित विशेषणाचें अंग आ प्रत्यय लागून होतें.) सेवमान–सेवमाना f. रममाण–रममाणा f.

Lesson XXIV.

He went to the river to drink water (तो पाणी पिण्याकरितां नदीवर गेला). A pot is made by a potter (कुम्भाराकडून भांडें बनविलें जातें). A serpent is seen by Hari (हरीनें सर्प पाहिला). I wish to go to the village (मी गांवास जाण्यास इच्छितों). God is able to remove the pains of men (ईश्वर मनुष्यांचीं दुखें हरण करण्यास समर्थ आहे). Having abandoned the wife, he went to the forest (बायकोला सोडून तो अरण्यांत गेला). Râma's pain perished (रामाचें दुःख नाहींसें झालें). A remedy is contemplated (उपाय चिंतिला आहे). The servant has entered the house (चोर घरांत शिरला आहे). Having heard the news told by S'ambûka, Râma fainted (शम्बूकानें सांगितलेली बातमी ऐकून राम मूर्च्छित झाला) Sîtâ, having sported long on the bank of the river, returned to the hut (नदीच्या तीरीं बराच वेळ विहार केल्यानंतर सीता झोंपडीकडे परत आली). Having entered the house he asked " Where is the mother ? " (घरांत शिरल्यानंतर त्यानें, 'आई कोठें आहे', असें विचारिलें). Thou art touched by the pride of wealth (तूं धनाच्या मदानें पछाडला आहेस). Many wells and tanks were dug by Râma (रामाकडून पुष्कळ

विहिरी व तळीं खणलीं गेलीं). Hari, thus addressed, gave wealth to the Brâhmaṇa (अशा प्रकारें बोलल्या गेलेल्या हरीनें ब्राह्मणास द्रव्य दिलें). A desire is produced to mount the horse (घोड्यावर बसण्याची बुद्धि उत्पन्न होते). Having conquered the enemies he entered the city (शत्रूंचा पराभव करून त्यानें नगरींत प्रवेश केला). The woman, being asked by female friends, felt shame (सखींनीं विचारल्यामुळें ती स्त्री लज्जित झाली). Pain was endured by Sîtâ (सीतेनें दुःख सहन केलें). A horse, belonging to a sacrifice, is let loose to go over the earth (यज्ञाचा घोडा पृथ्वीवर फिरण्याकरितां मोकळा सोडला आहे). Having returned from the forest, Râma began to rule (वनांतून परत आल्यानंतर राम राज्य करूं लागला). He lifts up the cow fallen in the mud (चिखलांत रुतलेल्या गाईला तो वर काढितो). I am protected by God (ईश्वराकडून मी रक्षण केला जातों). Many poems are learnt by Hari (हरीनें पुष्कळ काव्यें अभ्यासिलीं आहेत). Exhausted by the heat we resort to the root of the tree (उष्णतेनें थकल्यामुळें आम्ही झाडाच्या तळाचा आश्रय करितों).

वायुना मेघा निरस्ताः । कृषीवलैः क्षेत्राणि कृष्टानि धान्यमुप्तं च । शिष्यं सुष्ठु विनीय गुरुः परिणेतुमनुज्ञामयच्छत् । वायुना समुद्रः क्षुब्धः । सारमेयस्य पदान्यनुसृत्य निर्दिष्टं स्थानमागच्छत् । रावणस्य भक्त्या शिवस्तुष्टः । नराणां हृदये सद्गुणानां बीजमीश्वरेण निहितम् । शत्रुं जेतुमुद्यता भवत । युद्धे बहवः सैनिका हताः । मृतं भर्तारं स्मृत्वा पुनरमूर्च्छत् । अभिषेकस्य समये सकला जनाः कारागृहान्मुक्ताः । बालक इन्दुं ग्रहीतुमिच्छन्ति । नारायणेनोद्यमस्य फलं लब्धम् । देवतां प्रणम्य देवालयान्निवृत्तः । पित्रा हरेरपराधाः क्षान्ताः । पर्वतमारुह्य कासारमपश्यत् । भयस्य कारणं गतम् । खलान् सज्जनानां मार्गं नेतुं यतते । समुद्रस्य तीरे बालकस्त्यक्तः । संसारस्य दुःखान्यनुभूय यतिरभवत् । मार्गे बहवो ग्रामाः सैनिकैर्दग्धाः । मित्रं प्रतिभाष्य मूकोऽतिष्ठत् । हरेर्भार्यायाः पुत्रो जातः । प्रातरुत्थाय जना मुखानि क्षालयन्ति । स्तेना राजपुरुषैर्बद्धाः ।

Lessons XXV–XXVII.

GENERAL CASE TERMINATIONS FOR NOUNS ENDING IN CONSONANTS.

(व्यंजनान्त नामांकरितां सामान्य विभक्तिप्रत्यय.)

Case	S.	D.	P.	S.	D.	P.
	(A) Masculine and Feminine (पुल्लिंगी व स्त्रीलिंगी)			Neuter (नपुंसकलिंगी.)		
nom. प्र.	स्	औ	अस्	–	ई	इ
acc. द्वि.	अम्	औ	अस्	–	ई	इ
instr. तृ.	आ	भ्याम्	भिस्	the same.		
dat. च.	ए	भ्याम्	भ्यस्	the same.		
abl. पं.	अस्	भ्याम्	भ्यस्	the same.		
gen. ष.	अस्	ओस्	आम्	the same.		
loc. स.	इ	ओस्	सु	the same.		
voc. सं.	–	औ	अस्	–	ई	इ

(1) Nouns ending in च्, ज्, त्, द्, श्, and ह्:—

The case forms are formed by simply adding the terminations observing the general *Sandhi* rules. But the final च् or ज् and the श् of विश् are changed to क् and ग् before hard and soft consonants respectively (22). The ह् of उपानह् is changed to त् and द् under the same circumstances (33). (च्-ज्-त्-द्-श्-ह्कारान्त नामें, सामान्य

सन्धिनियमानुसार विभक्ति प्रत्यय लावून या नामांचीं विभक्तिरूपें सिद्ध करावीं. मात्र अन्त्य **च्** किंवा **ज्** आणि **दिश्** शब्दाचा अन्त्य **श्**, यांचे कठोर व मृदु वर्णापूर्वी अनुक्रमें **क्** व **ग्** होतात. त्याच परिस्थितींत **उपानह्** शब्दांतील **ह्**चे **त्** व **द्** होतात).

शब्द	प्र०ए०व०	प्र०बहु०	द्वि०बहु०	तृ०द्विव०	स०बहु०
आपद् f	आपत्-द्(15-16)	आपदः	आपदः	आपद्भ्याम्(17)	आपत्सु
दृशद् f	दृशत्-द्	दृशदः	दृशदः	दृशद्भ्याम्	दृशत्सु
भूभृत् m	भूभृत्-द्	भूभृतः	भूभृतः	भूभृद्भ्याम्	भूभृत्सु
वाच् f	वाक्-ग्	वाचः	वाचः	वाग्भ्याम्	वाक्षु(34)
सुखभाज् m	सुखभाक्-ग्	०भाजः	०भाजः	०भाग्याम्	०भाक्षु
हुतभुज् m	हुतभुक्-ग्	०भुजः	०भुजः	०भुग्भ्याम्	०भुक्षु
दिश् f	दिक्-ग्	दिशः	दिशः	दिग्भ्याम्	दिक्षु
उपानह् f	उपानत्-द्	उपानहः	उपानहः	उपानद्भ्याम्	उपानत्सु

(2) Adjectives ending in **वत्** and **मत्**. Masculine.- (**वत्-मत्**-कारान्त पुल्लिंगी विशेषणें):—**वत्** and **मत्** are changed to **वान्** and **मान्** in nom. sing. and **वन्त्** and **मन्त्** in nom. dual & plu. and acc. sing. & dual. In voc. sing they are changed to **वन्** and **मन्** respectively & voc. dual & plu. are the same as nom. dual & plu. (प्र० ए० वचनांत **वत्** व **मत्** यांचे **वान्** व **मान्** होतात. प्र० द्विव० व बहु० आणि द्वितीया एक० व द्विव० येथें त्यांचे **वन्त्** व **मन्त्** होतात. सं० ए० त्यांचे **वन्** व **मन्** होतात, आणि द्विव० व बहु० प्रथमेसारखेंच असतें.)

शब्द	प्र० ए०	प्र० ब०	द्वि० ब०	तृ० द्विव०	स० ब०
आयुष्मत् m	आयुष्मान्	आयुष्मन्तः	आयुष्मतः	आयुष्मद्भ्याम्	आयुष्मत्सु
गुणवत् m	गुणवान्	गुणवन्तः	गुणवतः	गुणवद्भ्याम्	गुणवत्सु
धीमत् m	धीमान्	धीमन्तः	धीमतः	धीमद्भ्याम्	धीमत्सु
भगवत् m	भगवान्	भगवन्तः	भगवतः	भगवद्भ्याम्	भगवत्सु
भवत् pron.m	भवान्	भवन्तः	भवतः	भवद्भ्याम्	भवत्सु
यशस्वत् m	यशस्वान्	०स्वन्तः	०स्वतः	०स्वद्भ्याम्	०स्वत्सु

(3) The pres. participles in अत् undergo the same changes as above, only the nom. sing. has the अत् changed to अन्. (अत् प्रत्ययान्त वर्त० धातुसाधित विशेषणें पुल्लिंगांत वरप्रमाणेंच चालतात, मात्र प्र० ए० वचनांत अत्‌चा अन् होतो.)

शब्द	प्र० ए०	प्र० ब०	द्वि० ब०	तृ० द्विव०	स० ब०
कुर्वत् m	कुर्वन्	कुर्वन्तः	कुर्वतः	कुर्वद्भ्याम्	कुर्वत्सु
दिशत् m	दिशंन्	दिशन्तः	दिशतः	दिशद्भ्याम्	दिशत्सु
ताडयत् m	ताडयन्	ताडयन्तः	ताडयतः	ताडयद्भ्याम्	ताडयत्सु
भवत् pre. part. m	भवन्	भवन्तः	भवतः	भवद्भ्याम्	भवत्सु

(4) In the neuter of all nouns ending in consonants and adjectives in मत् and वत्, and present participles in अत् of roots of the 1st, 4th 6th, & 10th conjugation, न् is necessarily prefixed to the final consonant in nom., acc., & voc. plu. In the case of present participles of the roots of the 1st, 4th and 10th conjugations, न् is inserted also in nom. acc. & voc. dual, while roots of the 6th conj. take it optionally.

शब्द	प्र० ए०	प्र० द्विव०	प्र० ब०	तृ० द्विव०	स० ब०
जगत् n	जगत्	जगती	जगन्ति	जगद्भ्याम्	जगत्सु
वियत् n	वियत्	वियती	वियन्ति	वियद्भ्याम्	वियत्सु
गच्छत् n	गच्छत्	गच्छन्ती	गच्छन्ति	गच्छद्भ्याम्	गच्छत्सु
विशत् n	विशत्	विशती–न्ती	विशन्ति	विशद्भ्याम्	विशत्सु
पुष्यत् n	पुष्यत्	पुष्यन्ती	पुष्यन्ति	पुष्यद्भ्याम्	पुष्यत्सु
प्रीणयत् n	प्रीणयत्	प्रीणयन्ती	प्रीणयन्ति	प्रीणयद्भ्याम्	प्रीणयत्सु
तुदत् n	तुदत्	तुदती–न्ती	तुदन्ति	तुदद्भ्याम्	तुदत्सु

Feminine bases (स्त्रीलिंगी अंगें):—(1) The feminine of adjectives ending in मत् and वत् is fomed by adding ई. (वत्–मत् प्रत्ययान्त विशेषणाचीं स्त्रीलिंगी अंगें ई प्रत्यय लावून करतात.) e. g. श्रीमती । यशस्वती । धीमती । भगवती । (2) The feminine base of a present participle formed by adding **अत्**, is the same as neuter nom. dual of it. (**अत्**-प्रत्ययान्त धातुसाधित विशेषणाचें अंग त्याच्या नपुंसकलिंगी प्र० द्विवचनाचें रूप असतें.) e. g. विशती-विशन्ती। पुष्यन्ती। गच्छन्ती। चोरयन्ती। तुदती-तुदन्ती। भवन्ती।

(3) The feminine of **महत्** is **महती**, of **भवत्** pron. is **भवती**, and of **सुखभाज्** is **सुखभाज्**. [महत्, भवत् (सर्वनाम) आणि सुखभाज् यांचीं स्त्रीलिंगी अंगें महती, भवती, व सुखभाज् अशीं होतात.]

(4) Special declension—

महत् m. महान् महान्तौ महान्तः। महान्तम् महान्तौ महतः। महता महद्भ्याम् महद्भिः। इ०

महत् n. महत् महती महान्ति। महत् महती महान्ति। महता महद्भ्याम् महद्भिः। इ०

शासत् m. शासत् शासतौ शासतः। शासतम् शासतौ शासतः। शासता शासद्भ्याम् शासद्भिः। इ०

शासत् n शासत्, शासती, शासति-शासन्ति। शासत्, शासती, शासति-शासन्ति। शासता शासद्भ्याम् शासद्भिः। इ०

(5) Nouns ending in **अन्** and **इन्**. Students should study well the rules given at the beginning of the lesson and learn by heart the declensions given on pp. 104, 105 & 106. (धड्याच्या आरंभीं दिलेले नियम नीट शिकावे. व पृ. १०४, १०५, व १०६ वर चालविलेले शब्द तोंडपाठ करावे.)

शब्द	प्र० ए०	प्र० द्वि०	द्वि० ब०	तृ० द्वि०	स० ब०
अनुजीविन् m	०जीवी	०जीविनौ	०जीविनः	०जीविभ्याम्	०जीविषु
अन्तरात्मन् m	०त्मा	०त्मानौ	०त्मनः	०त्मभ्याम्	०त्मसु
अश्मन् m	अश्मा	अश्मानौ	अश्मनः	अश्मभ्याम्	अश्मसु
क्षयिन् m	क्षयी	क्षयिणौ	क्षयिणः	क्षयिभ्याम्	क्षयिषु
,, n	क्षयि	क्षयिणी	क्षयीणि	,,	,,
चर्मन् n	चर्म	चर्मणी	चर्माणि	चर्मभ्याम्	चर्मसु
प्रेमन् m	प्रेमा	प्रेमाणौ	प्रेम्णः	प्रेमभ्याम्	प्रेमसु
,, n	प्रेम	प्रेमणी-प्रेम्णी	प्रेमाणि	,,	,,

शब्द	प्र० ए०	प्र० द्विव०	द्वि० ब०	तृ० द्वि०	स० ब०
महिमन् m	महिमा	महिमानौ	महिम्नः	महिमभ्याम्	महिमसु
मूर्धन् m	मूर्धा	मूर्धानौ	मूर्ध्नः	मूर्धभ्याम्	मूर्धसु
वर्त्मन् m	वर्त्मा	वर्त्मानौ	वर्त्मनः	वर्त्मभ्याम्	वर्त्मसु

	प्र० दिव०	स० ए०	सं० ए०
नामन् n	नामनी–नाम्नी	नामनि–नाम्नि	नामन्–नाम
राजन् m	राजानौ	राजनि–राज्ञि	राजन्
लघिमन् m	लघिमानौ	लघिमनि–म्नि	लघिमन्
सद्मन् n	सद्मनी	सद्मनि	सद्मन्–सद्म
हेमन् n	हेमनी–हेम्नी	हेमनि–हेम्नि	हेमन्–हेम
शिखरिन् m	शिखरिणौ	शिखरिणि	शिखरिन्

The feminine base of adjectives ending in **इन्** is formed by adding **ई**. (**इन्**-प्रत्ययान्त विशेषणाचें स्त्रीलिंगी अंग **ई** प्रत्यय लागून होतें.) e. g. क्षयिणी 26 । अपराधिनी । उत्संगवर्तिनी । कुशलिनी । प्रियवादिनी । भाविनी । क्षेत्रगामिनी । The feminine of राजन् is राज्ञी.

(6) Nouns ending it **स्** (**स्**-कारान्त नामें.)

नाम	प्र० ए०	द्वि. ब.	तृ० द्वि०	स०ए०	स०द्विव०	स० ब०
चन्द्रमस् m	चन्द्रमाः	चन्द्रमसः	चन्द्रमोभ्याम्	चन्द्रमसि	चन्द्रमसोः	चन्द्रमःसु-स्सु
दिवौकस् m	दिवौकाः	०कसः	०कोभ्याम्	०कसि	०कसोः	०कःसु–स्सु
दुर्वासस् m	दुर्वासाः	दुर्वाससः	दुर्वासोभ्याम्	दुर्वाससि	दुर्वाससोः	दुर्वासःसु–स्सु
वेधस् m	वेधाः	वेधसः	वेधोभ्याम्	वेधसि	वेधसोः	वेधःसु–स्सु
चक्षुस् n	चक्षुः	चक्षूंपि	चक्षुर्भ्याम्	चक्षुषि	चक्षुषोः	चक्षुःषु–ष्षु
छन्दस् n	छन्दः	छन्दांसि	छन्दोभ्याम्	छन्दसि	छन्दसोः	छन्दःसु–स्सु
तपस् n	तपः	तपांसि	तपोभ्याम्	तपसि	तपसोः	तपःसु–स्सु
अर्चिस् f	अर्चिः	अर्चिषः	अर्चिर्भ्याम्	अर्चिषि	अर्चिषोः	अर्चिःषु–ष्षु

(7) Nouns ending in **वस्**

नाम	प्र०ए०	प्र०द्वि०	द्वि०ब०	तृ० द्वि०	स० ब०
विद्वस् m	विद्वान्	विद्वांसौ	विदुषः	विद्वद्भ्याम्	विद्वत्सु
अध्यूषिवस् m	०वान्	०वांसौ	अध्यूषुषः	अध्यूषिवद्भ्याम्	०वत्सु

नाम	प्र० ए०	प्र० द्विव०	द्वि० ब०	तृ० द्विव०	स० ब०
तस्थिवस् m	तस्थिवान्	तस्थिवांसौ	तस्थुषः	तस्थिवद्भ्याम्	तस्थिवत्सु
विद्वस् n	विद्वत्	विदुषी	विद्वांसि	विद्वद्भ्याम्	विद्वत्सु
अध्यूषिवस् n	०वत्	अध्यूषुषी	अध्यूषिवांसि	अध्यूषिवद्भ्याम्	अध्यूषिवत्सु
तस्थिवस् n	तस्थिवत्	तस्थुषी	तस्थिवांसि	तस्थिवद्भ्याम्	तस्थिवत्सु

The feminine base is the same as the neuter nom. dual. (नपु. प्र० द्विवचनी रूपच स्त्रीलिंगी अंग होय.) e. g. विदुषी, अध्यूषुषी, तस्थुषी.

(8) Nouns ending in ईयस् or एयस्.

नाम	प्र० ए०	प्र० द्विव०	द्वि० ब०	तृ० द्विव०	स० ब०
कनीयस् m	कनीयान्	कनीयांसौ	कनीयसः	कनीयोभ्याम्	कनीयःसु -स्सु
कनीयस् n	कनीयः	कनीयसी	कनीयांसि	,,	,,
ज्यायस् m	ज्यायान्	ज्यायांसौ	ज्यायसः	ज्यायोभ्याम्	ज्यायःसु–स्सु
ज्यायस् n	ज्यायः	ज्यायसी	ज्यायांसि	,,	,,
प्रेयस् m	प्रेयान्	प्रेयांसौ	प्रेयसः	प्रेयोभ्याम्	प्रेयःसु–स्सु
प्रेयस् n	प्रेयः	प्रेयसी	प्रेयांसि	,,	,,
भूयस् m	भूयान्	भूयांसौ	भूयसः	भूयोभ्याम्	भूयःसु–स्सु
भूयस् n	भूयः	भूयसी	भूयांसि	,,	,,

The feminine base is the same as the form of neuter nom. dual. (नपु. प्र० द्विवचनी रूपच स्त्रीलिंगी अंग होय). e. g. कनीयसी। ज्यायसी । भूयसी । प्रेयसी । श्रेयसी ।

Lesson XXV.

There is fear even to the meritorious from the wicked (गुणवानांना सुद्धां दुष्टांपासून भय असतें). In autumn the light of the moon is delighting (शरदतूंत चंद्राचा प्रकाश आनंददायक असतो). There is a cloud with lightning in the sky (आकाशांत विजेसह मेघ आहे). Child, be long-lived (बाळा, चिरंजीव हो). The talented become famous in the world (जगांत बुद्धिमान् लोक कीर्तिमान् होतात). Râma is as if duty incarnate (राम मूर्तिमंत

धर्मच आहे). Do not neglect the enemies who are conquering (जिंकणाऱ्या शत्रूंची उपेक्षा करूं नकोस). The servant, ordered by your honour, went to the city (आपण आज्ञा केलेला तो चाकर नगरास गेला). A bow to Divine Vâsudeva (भगवान् वासुदेवाप्रत नमस्कार असो). Immodesty was done by a pupil, notwithstanding that the preceptor was seeing (गुरुजी पहात होते तरी विद्यार्थ्यांकडून अविनय केला गेला). Nala saw the forest burnt by fire (अग्नीनें जाळलेलें अरण्य नळानें पाहिलें). Days having elapsed. Nârâyana became a learned man (दिवस लोटल्यानंतर नारायण पण्डित झाला). While King Das'aratha was ruling the earth, men became happy (दशरथ राजा राज्य करीत असतां लोक सुखी झाले). The lord of gods wishes to see Arjuna (देवांचा प्रभु अर्जुनास भेटण्यास इच्छितो). There is sweetness in the speech of poets (कवींच्या वाणींत मधुरता असते). The word of two friends cannot be transgressed (दोन मित्रांचें वचन उल्लंघितां येत नाहीं). That your honours should come with your sons is the order of our prosperous lord (आपण आपल्या पुत्रांसह यावें अशी आमच्या श्रीमान् प्रभूंची आज्ञा आहे). Jars are transformations of the clay, and ornments, of gold (कुंभ मातीचीं रूपांतरें व दागिने सोन्याचीं रूपांतरें होत). Wicked persons are not entreated by good persons even at the cost of life (प्राण गेला तरी चांगल्या लोकांकडून दुष्ट लोक प्रार्थिले जात नाहींत.) In this world the birth of a son is a source of joy (ह्या जगांत पुत्रजन्म हा आनंदाचा विषय आहे). In doubt the predilections of the mind of good men are an authority (संशयामध्यें सज्जनांच्या मनःप्रवृत्तीच प्रमाण असतात). Good men keep high (live nobly) in adversity (चांगलीं मनुष्यें विपत्तींत उदारपणें राहतात). Seated upon the stone, the preceptor taught duty to the pupils (दगडावर बसून गुरूनें शिष्यांना धर्म शिकविला). Debtors become dependent in every way (ऋणको सर्व प्रकारें परतंत्र असतात). Life being transitory, no time is improper for merit (आयुष्य चञ्चल असल्यामुळें धर्माला अयोग्य अशी कोणतीही वेळ नाहीं).

नारायणः परवान्नास्ति । वने मृगा दृशत्सूपविशन्ति । इन्द्रो मरुतां प्रभुः । कार्तिकस्य प्रतिपदि महोत्सवोऽस्ति । पाठशालां गच्छन्तं कुमारमपश्यम् । संपदि बहवो जना नरमनुसरन्ति । जन आपदि सुहृद्भिस्त्यज्यते । कृष्णोऽश्वांश्चोदयतः पुरुषानपश्यत् । यतयो जगदरण्यमिव मन्यन्ते । धीमता नारायणेन पुस्तकं प्रणीतम् । गुणवन्तोऽपि नृशंसैर्निन्द्यन्ते । नराः सदायुष्मन्तो भवितुमिच्छन्ति । भगवता मनुनैवं विहितम् । मृद्वा वाचा क्रोधः शाम्यति । नारदो वियतोऽवातरत् । सन्तो लक्ष्म्योद्धता न भवन्ति । स्वर्गं गच्छता गुरुणैवमुपदिष्टम् । अरण्ये वसन्तौ रामो लक्ष्मणश्च बहून् राक्षसान् न्यषूदयेताम् । भवतो दर्शनेनातीव तुष्टोऽस्मि । श्रीमन्तो नृपाणां सभासु पूज्यन्ते । वायुर्वृन्ताच्श्लथं or वायुर्वृन्ताच्छ्लथं (30) कुसुमं हरति । विद्युन्मेघस्य पत्नीव कविभिर्मन्यते । स्पृष्टो हुतभुग्होतारमपि or हुतभुग्घोतारमपि (32) दहति । सुखभाजां सुखेऽभिलाषः सुखस्य भोगेन बहुशो वर्धते । रामः श्रीमत्यामयोध्यायां नगर्यामवसत् ।

LESSON XXVI.

Ascetics are fruit-eaters (योगी फलाहारी असतात). Do not (thou) forgive the offender (अपराध्याला क्षमा करूं नकोस). The master gets angry with the servant (धनी चाकरावर रागावतो). Das'aratha's son is Râma by name (दशरथाचा मुलगा राम नांवाचा आहे). People are born of the creator (लोक ब्रह्मदेवापासून होतात). O king, be (thou) happy (राजा सुखी हो). A chamberlain is an officer in a king's harem (कंचुकी राजाच्या जनानखान्यांतील अधिकारी होय). Man is not able to know future evils (मनुष्य पुढील अनर्थ जाणण्यास समर्थ नाहीं). The motion of the horse is impeded by stones (घोड्यांची गति धोंड्यांनीं आडवली जाते). The effect of the greatness of the creator of the world is seen everywhere (जगत्कर्त्याच्या शक्तीचा परिणाम सर्वत्र दिसतो). I saw a pilgrim going by the way leading to the holy place (क्षेत्राला जाणाऱ्या रस्त्यानें जाणारा एक यात्रेकरू मीं पाहिला). His own self was subjected to grief by

Râma, striving for the good of the people (लोकांच्या कल्याणासाठीं झटणाऱ्या रामाकडून स्वतःचा आत्मा दुःखी केला गेला). He praises his own sons' skill in the actions (आपल्या मुलांच्या कामांतील कुशलतेची तो स्तुति करतो). Krishna, living in the house of Vasudeo, saw Nârada descending from the sky (वसुदेवाच्या घरीं राहणाऱ्या कृष्णानें नारद आकाशांतून उतरतांना पाहिला). The crowned queen of King S′rîsheṇa saw, in her dream, the sun and the moon resting on her lap (श्रीषेण राजाच्या राणीनें स्वप्नांत सूर्य व चंद्र स्वतःच्या मांडीवर असलेले पाहिले). Let kings punish guilty persons (राजे अपराध्यांना दण्ड करोत). As if made of stone, the heart of the wicked never melts at hearing the misery of another (दगडाचेंच जणूं बनविलेलें असें दुष्टाचें हृदय दुसऱ्याचें दुःख ऐकून कधींहि द्रवत नाहीं). The beginning of gord works is for (leads to) prosperity (चांगल्या कामांचा आरंभ कल्याणाप्रत होतो). A sage considers himself a family-man by the world (साधु जगाच्या योगानें आपणा स्वतःला कुटुंबी मानतो). The life of sages in the world is only for the doing of good to animals (जगांत साधूंचें आयुष्य प्राण्यांवर उपकार करण्याकरितांच असतें). The kindliness of speech of sweet speakers is regarded as meanness by rogues (लुच्चांकडून मधुर बोलणाऱ्यांच्या भाषणांतील मृदुपणा नीचपणा मानला जातो). Kaikeyî was kept like a tigress in his house by King Das′aratha through ignorance only for his own destruction (दशरथ राजानें अज्ञानानें स्वतःच्या नाशाकरितांच वाघीणरूपी कैकेयी घरांत ठेविली). Your heart is pleased (तुझें अंतःकरण प्रसन्न झालें आहे). In the first half of the day, the shades of trees are long in the beginning and gradually grow short, while in the latter half, first they are short and become long afterwards (दिवसाच्या पहिल्या अर्धभागांत पहिल्यानें वृक्षांच्या छाया मोठ्या असून नंतर त्या क्रमानें लहान होतात, व दिवसाच्या दुसऱ्या अर्ध भागांत पहिल्यानें त्या लहान असून नंतर लांब होत जातात). Because the purity or impurity even of gold is tested in fire (कारण सोन्याचीसुद्धां शुद्धता अगर अशुद्धता अग्नीमध्यें परीक्षिली जाते).

देवदत्तो मेधावी। पिता पुत्रं प्रेम्णाकुस्यत्। नलो विश्वकर्मणः पुत्रोऽस्ति। पक्षिणोऽम्बरे डयन्ते। अनुजीविनो स्वामिनमनुसरन्ति। शिखरिषु तरवो रोहन्ति। कुमाराणां नामानि न स्मरामि। उपानहश्चर्मणः क्रियन्ते। हरेर्नाशः कर्मणां परिणामः। अपराधिनश्चित्तं सदा साशङ्कम्। राज्ञ्याः संदेशः कञ्चुकिना राजानं हृतः। प्रियवाद्यपि सत्यं वदामि। ब्रह्मणोऽखिला सृष्टिर्जाता। मनुष्या बहुशो भाविनोऽर्थाञ् ज्ञातुं सोत्कण्ठाः (18)। यतिभिरन्तरात्मनि शूली मृग्यते। राज्ञा शत्रूणां मूर्धसु पादो निहितः। विनीतो नरः सदाचारस्य सीम्नो न लङ्घते। दूरे देशे कुशलिनां पुत्राणां वार्तां श्रुत्वामोदत। पशुभिरपि वत्सेभ्यः प्रेमाविष्क्रियते। फलाशिभिर्वने सुखेन जीविका क्रियते। सद्मन्यातिथीन् देवानिवापूजयत्। बुद्धेर्महिम्ना जनो यशस्वान् भवति। शोभने राजनि प्रजानां विश्वासो वर्धते। नराणां लघिमात्मनः कर्मभिराविष्क्रियते। ब्रह्मा प्राणिनोऽश्मनोऽम्बरं चासृजत्।

Lesson XXVII.

Sages were forest-dwellers (मुनी अरण्यवासी होते). They call gods दिवौकाः *i. e.* residents of heaven (ते देवानां दिवौकाः म्हणजे स्वर्गनिवासी म्हणतात). Call thy younger brother (धाकट्या भावाला बोलाव). Kus'a is Lava's elder brother (कुश लवाचा वडील भाऊ होय). Krishna remembers persons dear to him (कृष्ण आवडत्या लोकांची आठवण करतो). See (thou) the rising moon (उगवता चंद्र पहा). The sky is covered with darkness (अंधारानें आकाश व्यापिलें आहे). Two clothes are worn by the girl (त्या मुलीनें दोन वस्त्रें पांघरलीं आहेत). He strives for welfare (तो कल्याणाकरितां झटतो). He strikes the enemies on their heads (तो शत्रूंना मस्तकांवर प्रहार करतो). He goes to Hari by his mind (तो हरीकडे मनानें जातो). May he enjoy the fruit of his religious austerities (तपश्चर्येचें फळ तो अनुभवो). Durvâsas went to the residence of Pândawas (दुर्वास पांडवांच्या रहाण्याच्या जागीं गेला). Here are very great heaps of corn (येथें धान्याच्या मोठ्या राशी आहेत). Having killed the demons, Râma obtained fame (रामानें राक्षस मारून कीर्ति मिळविली). It is heard that the waters of the Ganges are white (गङ्गानदीचें पाणी पांढरें आहे असें ऐकण्यांत येतें). Das'aratha, advised by learned men, performed a sacrifice (विद्वानांच्या उपदेशानें दशरथानें यज्ञ केला). Struck on the breast by Bhîma, Kîchaka fainted (भीमानें छातीवर आघात केलेला कीचक मूर्च्छित झाला). He throws many offerings into the fire (तो अग्नींत पुष्कळ बळी टाकतो.). I saw the king's army, sitting near the town (मीं नगरासमीप बसलेलें राजाचें सैन्य पाहिलें). Oppressed by the heat of the sun, a traveller resorts to shade (सूर्याच्या तापानें तप्त झालेला प्रवासी छायेचा आश्रय करतो). The riches of the people that dwelt in Dwârakâ were beyond imagination (द्वारकेंत राहणाऱ्या लोकांची संपत्ति विचाराच्या आटोक्यापलीकडे होती). Having heard the words of Vasishtha, Das'aratha consented to Râma's going with Vis'vâmitra (वसिष्ठाचें बोलणें ऐकून दशरथानें रामाला विश्वामित्राबरोबर जाण्याला अनुमोदन दिलें). In the meritorious, merits are the object of reverence, (but) neither sex nor age (गुणी लोकांतील गुण हेच मानाचें कारण होत,[परंतु] लिंगभेद अगर वय हीं नव्हत). Having heard the dreadful speech of Kaikeyî, King Das'aratha fell on the ground at once and became motionless (कैकेयीचें भयंकर भाषण ऐकून दशरथ राजा एकदम जमिनीवर पडला व निश्चेष्ट झाला).

वचसा मातरमसान्त्वयद्धरिः । काश्यां नारायणस्य कनीयान् भ्राता वर्तते । पाणिनिर्वेदांश्छन्दांसि वदति । मरुत् पुष्पेभ्यो रज आनयति । राज्ञो यशः पृथ्व्यां प्रसरतु । प्रियंवदा दुर्वाससमगच्छत् क्षमां चायाचत । हरिरश्वांश्चोदयन्तं सव्येष्टरं चक्षुर्भ्यामपश्यत् । रामः कनीयोभिर्भ्रातृभिरसेव्यत । वनौकसामृषीणामाश्रमास्तरूणां पर्णैः शाखाभिश्च निरमीयन्त । भगीरथो वेधसं तपोभिरप्रीणयत् । सरसां पयस्सु कमलानि सन्ति । विदुषो राजा पूजयति । यथा नरो जीर्णानि वासांसि त्यक्त्वा नवानि

आरयाति तथात्मा जीर्णानि शरीराणि त्यक्त्वा नवानि प्रविशति । धनुषेषुभिश्च रघुर्महीमजयत् । अग्नावस्तानि हवींष्यग्निना दिवौकसो नीयन्ते । अयोध्यायामध्यूषिवांसो जनाः कुशलिन आसन् । तेजसोऽनन्तरं तम आगच्छति तमसश्चानन्तरं तेज आगच्छति । कण्टकेषु जालं त्यक्त्वा पक्षिणो नभस्युदडयन्त । दरिद्राणां धनस्य हरणे भूयानधर्मोऽस्ति । योधा यशसे मृत्युमपि न गणयन्ति । कनीयान् भ्राता ज्यायांसं भ्रातरमन्वगच्छत् । दिवौकोभ्यो बहून् वरानलभत । गुणिनां सत्यं प्राणेभ्यः प्रेयः । ईश्वरो भक्तैरविचलितैर्मनोभिमृग्यते । विद्वान् सर्वत्र पूज्यते ।

Lesson XXVIII.

THE POTENTIAL MOOD (विध्यर्थ.)

Terminations (प्रत्यय).

पुरुष	परस्मैपद			आत्मनेपद		
	ए. व.	द्वि. व.	ब. व.	ए. व.	द्वि. व.	ब. व.
1st. प्र.	ईयम्	ईव	ईम	ईय	ईवहि	ईमहि
2nd. द्वि.	ईस्	ईतम्	ईत	इथास्	ईयाथाम्	ईध्वम्
3rd. तृ.	ईत्	ईताम्	ईयुस्	ईत	ईयाताम्	ईरन्

The verbal base should be formed according to rules given in lesson I–IV, and the terminations should be applied to it, observing the *sandhi* rules. (१–४ धड्यांतील नियमानुसार धातूचें अंग सिद्ध करावें व त्यास वरील प्रत्यय संधिनियमाप्रमाणें जोडावे.)

भू–भवेयम्, भवेव, भवेम । भवेः भवेतम् भवेत । भवेत् भवेताम् भवेयुः । **मुच्** (मुञ्च्)–मुञ्चेयम् । मुञ्चेः । मुञ्चेत् । **नृत्**–नृत्येयम् । नृत्येः । नृत्येत् । **तड्**–ताडयेयम् । ताडयेः । ताडयेत् । **बुध्**–बोधेयम् । बोधेः । बोधेत् । **शुभ्**–शोभेय, शोभेवहि, शोभेमहि । शोभेथाः शोभेयाथाम् शोभेध्वम् । शोभेत, शोभेयाताम्, शोभेरन् । **लभ्**–लभेय । लभेथाः । लभेत । **सह्**–सहेय । सहेथाः । सहेत । **डी**–डयेय ।

डयेथाः । डयेत । **रुधू**-रुध्येय । रुध्येथाः । रुध्येत । अभिवाद्-०वादयेय । ०वादयेथाः । ०वादयेत । (**विध्यर्थ** संभव, आज्ञा, प्रार्थना, इच्छा, अपेक्षा इत्यादि दाखवितो. याचा स्वतंत्र वाक्यांत प्रयोग होतो, त्याचप्रमाणें ज्या वाक्यांत कार्यकारणभावाचा संकेत असेल, त्यांतही याचा उपयोग होतो.)

LESSON XXVIII.

Though overpowered by adversity, I should not give up duty (संकटांनीं चिरडला गेलों तरी मीं धर्म सोडूं नये). I wish that your honour should drink Soma juice (आपण सोम रस प्यावा अशी माझी इच्छा आहे). Oh ! what may I learn, dancing or singing ? (अहो, मी नृत्य किंवा गायन (यांतून) काय शिकूं ?). Thou shouldst know the truth with great efforts (तूं फार प्रयत्नांनीं सत्य ओळखावेंस). Sons should please parents by good actions (पुत्रांनीं आईबापांना चांगल्या कृत्यांनीं खूष करावें). We two should get peace by the worship of God (ईश्वराच्या पूजेनें आम्हीं दोघांनीं शांति मिळवावी). You should not consider the rope a serpent (तुम्हीं दोरीला सर्प मानूं नये). Even a mean person can do harm to a man who is reduced to a bad state (वाईट स्थिति प्राप्त झालेल्या मनुष्याला एकादा क्षुद्र मनुष्यसुद्धां इजा करूं शकतो). One should not neglect a growing disease and a conquering enemy (कोणत्याही वाढत्या रोगाची किंवा जिंकणाऱ्या शत्रूची उपेक्षा करूं नये). In the assembly of the learned, the illiterate should resort to silence (पण्डितांच्या सभेंत अशिक्षितांनीं मौनाचा आश्रय करावा). In the mansion fragrant with flowers, thou shouldst remove the fatigue of the journey (पुष्पांच्या योगें सुगंधित अशा वाड्यामध्यें तूं प्रवासाच्या श्रमाचा परिहार करावास). Kings should strive to please their subjects (राजांनीं प्रजेला संतुष्ट करण्याकरितां झटावें). Subjects should not bear malice towards a good king (प्रजाजनांनीं चांगल्या राजाचा द्वेष करूं नये). It will be good, if Hari turns from the bad path (जर हरी वाईट मार्गापासून परावृत्त

होईल तर चांगलें होईल). Wise men, devoted to religion, will see Hari (धर्माचे ठिकाणीं रत झालेले शहाणे लोक ईश्वराला–हरीला पाहतील). O two children, you should obey the command of your mother (दोन मुलांनो, तुम्हीं आपल्या मातेची आज्ञा पाळावी). Taking courage, thou shouldst fight with the enemies (धैर्य धरून तूं शत्रूंशीं झुंजावेंस). Poverty will result from the idleness of Nârâyana (नारायणाच्या आळसापासून दारिद्य प्राप्त होईल). A tutor should not bear the immodesty of a pupil (गुरूनें शिष्याचा उद्धटपणा साहूं नये). A wise man should neither be silly nor abandon his duty in adversity (शहाण्या मनुष्यानें संकटांत मोह पावूं नये अगर धर्मत्याग करूं नये). Sîtâ said to Râma, " I wish that we two should bathe again in the holy Ganges " ('पवित्र गंगेमध्यें पुनः आपण दोघांनीं स्नान करावें असें मी इच्छितें,' असें सीता रामाला म्हणाली). When a friend seeks refuge, even a mean person, remembering his previous good actions, should not turn his face away from him (मित्र आश्रय मागावयास आला असतां क्षुद्र मनुष्यानें-सुद्धां त्याच्या पूर्वीच्या चांगल्या कृत्यांचा आठवण करून त्याजपासून विमुख होऊं नये.) One should give water to a thirsty person, and remove the distress of a poor man (तहानेल्याला पाणी द्यावें व दीनांचें दुःख नाहींसें करावें). Thou shouldst sit there upon the mountain, named Nîchais, for rest (तूं विसांवा घेण्याकरितां तेथें नीचैस् नांवाच्या पर्वतावर बसावेंस). How should night be able to obstruct the sight of people when the sun is shining? (सूर्य प्रकाशत असतां रात्र लोकांच्या दृष्टीला प्रतिबंध करण्यास कशी समर्थ होईल?)

यदा गृहं निवर्तेयाथां तदा हस्तौ पादौ च क्षालयेतम् । जना मित्राणि न विस्मरेयुः । यदि विषं स्वादेथा म्रियेथाः । पुस्तके हस्तयोर्नयेयाताम् । गुरोर्न्यायं शिक्षेयाथाम् । अत्र तरोश्छायायामुपविशेम । राजानः प्रजा अपायाद्रक्षेयुः । ईश्वरं विशुद्धेनान्तःकरणेन यजेम । दरिद्रेभ्यो धनं यच्छेः । कर्तव्यान्न प्रमाद्येत । कारणं विना जना न क्षुभ्येयुः ।

नरः परकीयं धनं न लुभ्येत्। शठौ ताड्येयातामिति राजाऽदिशत्। यदि देशस्य रक्षणे म्रियेमहि यशो लभेमहि। न्यायस्य सभासु साक्षिणो नित्यं सत्यं भाषेरन्। यदि काशीं गच्छेयम् बहूनि संस्कृतपुस्तकान्यानयेयम्। यद्यसत्यं भाषेध्वं भर्तृभिस्ताड्येध्वम्। शत्रुणा युध्येयेति नृपः सैनिकान् नगराद्बहिरनयत्। यदि पापं कुर्वन् दृश्येय भर्तृभिर्दण्ड्येय। यदि दरिद्रा ब्राह्मणा नगरे याचेरंस्तर्हि धनं लभेरन् किम् (25, 39)। पितरौ तुष्येतामिति स्वसृभ्यो बहु धनमयच्छम्। जायापती प्रतिदिनं गृहेऽग्निं पूजयेयाताम्। नरो धर्मस्यानुष्ठानयायासं न गणयेत् (०नुष्ठाने+आयासं 12)। शिष्या गुरुं वन्देरन्। विघ्नैः प्रतिहता अप्यारब्धं कार्यं न त्यजेत।

Lessons XXIX–XXXI.

PRONOUNS. (सर्वनामें.)

Case terminations.

	Masculine (पुल्लिंगी)			Feminine (स्त्रीलिंगी)			Neuter (नपुंसक)		
	S.	D.	P.	S.	D.	P.	S.	D.	P.
nom. प्र.	स्	औ	ई	–	ई	अस्	म्	इ	आनि
acc. द्वि.	अम्	औ	आन्	आम्	ई	अस्	म्	ई	आनि
inst. तृ.	इन	भ्याम्	ऐस्	आ	भ्याम्	भिस्	इन	भ्याम्	ऐस्
dat. च.	स्मै	भ्याम्	भ्यस्	स्यै	भ्याम्	भ्यस्	स्मै	भ्याम्	भ्यस्
abl. पं	स्मात्	भ्याम्	भ्यस्	स्यास्	भ्याम्	भ्यस्	स्मात्	भ्याम्	भ्यस्
gen. ष.	स्य	ओस्	इषाम्	स्यास्	ओस्	साम्	स्य	ओस्	इषाम्
loc. स.	स्मिन्	ओस्	षु	स्याम्	ओस्	सु	स्मिन्	ओस्	षु

The pronouns have no vocative. (सर्वनामांस संबोधन नसतें).

(a) The pronouns सर्व, तद्, एतद्, यद्, किम्, have the masculine and neuter bases सर्व, त, एत, य, क, and the feminine bases सर्वा, ता, एता, या, का, respectively. But the nom. sing. of तद् & एतद् m, are सः & एषः, and nom. sing. of तद् and एतद् f. are सा & एषा. All the five pronouns have their crude forms for the nom. sing. & acc. sing. in neuter. (सर्व, तद्, एतद्, यद्, किम्, या सर्वनामांचीं पुल्लिंगी व नपुंसकलिंगी अंगें सर्व, त, एत, य, क, आणि स्त्रीलिंगी अंगें सर्वा, ता, एता, या, का, अशीं अनुक्रमें होतात. मात्र तद् व एतद् यांची प्रथमेचीं एकवचनी रूपें सः, एषः, (पु०); सा, एषा, (स्त्री०) अशीं अनुक्रमें होतात. नपुंसकलिंगांत प्रथमेचें एकवचनी रूप सर्वनामाचें मूळरूपच असतें.)

The pronoun एतद् substitutes एन for एत optionally in all genders before vowel terminations beginning from the acc , excepting ऐस् masc. (inst. plu.) and इषाम् (masc. gen. plu.) (एतद् या सर्वनामाच्या **एत**च्या स्थानीं **एन** विकल्पानें तिन्ही लिंगांत द्वितीयेपासूनच्या स्वरारंभित प्रत्ययापूर्वी होतें; मात्र पुल्लिंगांत ऐस् (तृ० अ०) व इषाम् (ष० अ०) यांपूर्वी हा आदेश घडत नाहीं.)

सर्वनाम	प्र० ए०	प्र० ब०	द्वि० ब०	तृ० ब०	ष० ब०	स० ए०
सर्व m	सर्वः	सर्वे	सर्वान्	सर्वैः	सर्वेषाम्	सर्वस्मिन्
सर्व f	सर्वा	सर्वाः	सर्वाः	सर्वाभिः	सर्वासाम्	सर्वस्याम्
सर्व n	सर्वम्	सर्वाणि	सर्वाणि	सर्वैः	सर्वेषाम्	सर्वस्मिन्
तद् m	सः	ते	तान	तैः	तेषाम्	तस्मिन्
तद् f	सा	ताः	ताः	ताभिः	तासाम्	तस्याम्
तद् n	तद्-त्	तानि	तानि	तैः	तेषाम्	तस्मिन्
एतद् m	एषः	एते	एतान्-नान्	एतैः	एतेषाम्	एतस्मिन्
एतद् f	एषा	एताः	एताः-नाः	एताभिः	एतासाम्	एतस्याम्
एतद् n	एतद्-त्	एतानि	एतानि-नानि	एतैः	एतेषाम्	एतस्मिन्
यद् m	यः	ये	यान्	यैः	येषाम्	यस्मिन्
यद् f	या	याः	याः	याभिः	यासाम	यस्याम्

सर्वनाम	प्र० ए०	प्र० ब०	द्वि० ब०	तृ० ब०	ष० ब०	स० ए०
यद् n	यद्-त्	यानि	यानि	यैः	येषाम्	यस्मिन्
किम् m	कः	के	कान्	कैः	केषाम्	कस्मिन्
किम् f	का	काः	काः	काभिः	कासाम्	कस्याम्
किम् n	किम्	कानि	कानि	कैः	केषाम्	कस्मिन्

(b) अस्मद् and युष्मद् are 1st and 2nd personal pronouns. They are declined alike in all genders. Pupils should learn by heart their declensions given on page 133 of the First Book. (अस्मद् व युष्मद् हीं प्रथमपुरुषी व द्वितीयपुरुषी सर्वनामें आहेत. तीं तिन्ही लिंगीं सारखींच चालतात. पहिल्या पुस्तकाच्या पृ. १३३ वर दिलेलीं त्यांचीं विभक्तिरूपें विद्यार्थ्यांनीं तोंडपाठ करावीं). तद् is the third personal pronoun.

The short forms of अस्मद् and युष्मद् (viz मा, नौ, नः, मे; त्वा, वाम्, वः, and ते,) are never used (1) at the beginning of a sentence, (2) or immediately before the particles च, वा, एव, if these particles are to be construed with them, (3) or immediately after a vocative. [अस्मद् व युष्मद् या सर्वनामांचीं लघु विभक्तिरूपें (म्हणजे मा, नौ, नः, मे; त्वा, वाम्, वः, ते,) (१) वाक्याच्या आरंभीं, (२) किंवा त्यांशीं अन्वित असलेल्या च, वा, एव, या अव्ययांच्यापूर्वीं, (३) किंवा संबोधनानंतर पाठोपाठ, कधींही योजीत नाहींत.] e. g. तव (not ते) मित्रं नष्टम् । तस्य मम च (not मे) वैरमस्ति । तत् पुस्तकं ममैव (not मे एव) । हरेऽस्मान् (not नः) पाहि । But हरो हरिश्च मे स्वामी is correct, because च is not to be construed with मे.

(c) The declensions of **अदस्** and **इदम्** are irregular. Pupils should learn by heart their declensions given on pages 136–37 of the First Book.

Lesson XXIX.

Who is come here? (येथें कोण आला आहे?). Whose books are these? (हीं पुस्तकें कोणाचीं?). Whose (what lady's) sons are these ? [हे कोणाचे (कोणत्या स्त्रियेचे) मुलगे) ?] I call only that man whom I saw yesterday (मीं ज्या गृहस्थाला काल पाहिलें, त्यालाच मी बोलावितों). That girl did not speak anything (ती मुलगी कांहीं बोलली नाहीं). I gave alms to those Brâhmanas (मीं त्या ब्राह्मणांना दक्षिणा दिली). From what town did the messenger come ? (कोणत्या नगराहून जासूद आला ?). Do whatever is agreeable to these (men) (जें जें ह्यांना रुचतें तें तें करावें). These (men) act only those stories which are told (heard) in mythology (ज्या गोष्टी पुराणांत ऐकण्यांत येतात, त्याच गोष्टी हे नाटकरूपानें दाखवितात). This is the very region in which I dwelt for a long time with my beloved (जेथें फार काळपावेतों मी माझ्या प्रियेबरोबर राहिलों तोच हा प्रदेश). A bow to that God, by whom this whole world was created (ज्याकडून हें सर्व जग उत्पन्न करण्यांत आलें, त्या ईश्वरास नमस्कार असो). The king conversed with the learned men well-versed in the various sciences (त्या त्या शास्त्रांत तरबेज असलेल्या पंडितांबरोबर राजानें भाषण केलें). Whose (of what two persons) are these two garments (कोणत्या दोघांचीं तीं दोन वस्त्रें आहेत ?). Bow to that Arundhati on account of whom Vasishtha considers himself holy (जिच्यामुळें वसिष्ठ आपणांस पवित्र समजतो त्या अरुन्धतीस नमस्कार कर). The prince attained proficiency in all arts (सर्व कलांमध्यें राजपुत्र प्रवीण झाला). A bow to that Durgâ who killed the buffalo demon (जिनें महिषासुरास मारिलें त्या दुर्गेस नमन असो). Those two rivers meet at Allahabad (त्या दोन नद्या अलाहाबादेंत मिळतात). The king punished the two men by whom the theft was committed (ज्या दोघांनीं चोरी केली, त्या दोघां मनुष्यांस राजानें शिक्षा केली). Sages knowing Brahman formerly dwelt in this forest (ह्या रानांत ब्रह्मवेत्ते मुनि पूर्वीं रहात). Bhagiratha saved with the water of the Ganges (the souls of) those sons of Sagara by whom the earth was dug and who were burnt by the anger of Kapila (ज्यांनीं पृथ्वी खणून काढिली व जे कपिलाच्या रागानें जळून गेले, त्या सगराच्या मुलांचा भगीरथानें गंगेच्या पाण्यानें उद्धार केला). King Das'aratha went to Ayodhyâ in company with (प्रपन्न) those daughters of Janaka whose weddings took place (समजायन्त) with his (स्व) sons. (दशरथ राजा ज्या जनकाच्या मुलींचीं लग्नें आपल्या मुलांबरोबर झालीं त्या मुलींना घेऊन अयोध्येस गेला). None is seen here, but crying is heard (येथें कोणी दिसत नाहीं, परंतु रडणें ऐकूं येतें). Those things which could formerly be accomplished with great labour, are at present accomplished with only a little labour by the power af machines (पूर्वी ज्या गोष्टी मोठ्या श्रमानें करितां येत, त्या सध्यां यंत्राच्या बळानें फार थोड्या श्रमानें करतां येतात). What is the use ot (what is to be done with) that cow from whom milk is not obtained? (ज्या गाईपासून दूध प्राप्त होत नाहीं त्या गाईचें काय करावयाचें ?). That man who has wealth, is high-born, he is learned, he knows the Vedas, he can appreciate merit, he is an orator, he is handsome; all merits resort to gold (जो मनुष्य श्रीमंत, तो कुलीन होय, तो विद्वान् होय, तो वेद जाणणारा, तो गुणग्राही, तो वक्ता, तो देखणा; (एकूण) सर्व गुण संपत्तीचा आश्रय करितात).

क एते । का तेषां वृत्तिः । सा हरेः कन्या । किं तस्या नाम । कं राम एवमवदत् । स गोविन्दस्य भ्राता । तेन सह शालामगच्छम् । तैर्बालैस्सह क्रीडन्तं नारायणं सोऽपश्यत् । आत्मनः कानि मित्राणि स स्मरति । तस्यां नद्यां मत्स्याः सन्ति । स तयानुगम्यते । तेभ्यो ग्रामेभ्यो ययागतास्ते नरः क्व सन्ति (ये+आगताः 12) । यस्य शूद्रको राजा तस्माद्देशात्तयागताः । यास्तस्याः संनिधावासंस्ता दासी राज्ञी तस्यै पुष्पाण्यानेतुमादिशत् । एतस्मिन् गृहे महाराष्ट्रीयाणां राजावसत् । तासु कन्यासु का गायन्ति । केनैतत्पुस्तकमत्र निहितम् । द्यावापृथिव्या एतस्याक्षरस्यात्मनः सामर्थ्येन विधृते । ताभ्यां किमप्यवदातं कर्म न कृतम् । तस्मिन्नरण्ये चिरमवसम् । केन मार्गेण जाल्मो गतः । तस्मिन् देवायतने लक्ष्म्याश्चारुर्मूर्तिर्विद्यते । हरिस्तस्मायश्रद्धेयां कथामकथयत (तस्मै+अश्रद्धेयां 12) । यं लक्ष्मीः प्रार्थयते स तस्याः कथं दुरापो भवेत् ।

LESSON XXX

I am not guilty (मी अपराधी नाहीं). Raghunâtha loves both of us (रघुनाथ आम्हां दोघांवर प्रेम करतो). Where is my little son ? (माझा लहान मुलगा कोठें आहे ?) Oh venerable goddess, I bow to thee (हे पूज्य देवते, मी तुला नमस्कार करतों). Do not disregard us (आमचा तिरस्कार करूं नकोस). May Vishnu protect you (विष्णु तुमचें रक्षण करो). I desire to go to the garden with thee (तुझ्याबरोबर मी बागेंत जाण्यास इच्छितों). Lady, I tell you the fact (बाई, मी तुला खरी गोष्ट सांगतों). Thou dost not give wealth to me (तूं मला धन देत नाहींस). May Si′va be for your welfare (शिव तुमच्या कल्याणास्तव असो—तुमचें कल्याण करो). Oh two children, where is the father of you two ? (हे दोन मुलांनों, तुम्हां दोघांचा बाप कोठें आहे ?) When you are protecting the earth, whence is the fear for us ? (तुम्ही पृथ्वीचा सांभाळ करीत असतां, आम्हांस भय कोठून असणार ?) I tell all the news about you (तुमच्यासंबंधीं बातमी मी सर्वांस सांगतों). The remedies thought out by us to remove his trouble became fruitless (त्याची पीडा नाहींशी करण्याकरितां आम्हीं योजलेला उपाय निष्फळ झाला). Thy merit like mine is little, therefore, we two did not enjoy happiness for a long time (माझ्याप्रमाणेंच तुझें पुण्यकर्म थोडें, म्हणून आपणां दोघांस सुखाचा अनुभव फार काळ मिळाला नाहीं). My mind is impatient for study (माझें मन अभ्यास करण्यास उतावीळ झालें आहे.). This is our horse (हा आमचा घोडा आहे). Where did your mother go ? (तुझी आई कोठें गेली ?). The mind of us two has become anxious at hearing this account (हा वृत्तान्त ऐकून आम्हां दोघांचें मन चिंतातुर झालें आहे). Such is your honour's friendship for us though so poor (इतके गरीब असून आपला आम्हांवर इतका लोभ आहे). All our plans were scattered by fate like a collection of clouds by the wind (ज्याप्रमाणें वाऱ्यानें

मेघसमुदाय उडवून टाकावा त्याप्रमाणें आमचे सर्व बेत दैवानें फसविले). Angry Das'aratha asked Kaikeyi, "Oh sinful lady, what harm has been done to thee by Râma or myself? Why art thou ready to do harm to him thus ?" (रागावलेला दशरथ कैकेयीस विचारता झाला कीं, "हे पापिणी, रामाकडून अथवा मजकडून तुझें कोणतें नुकसान झालें? कोणत्या कारणानें तूं त्याचें येणेंप्रमाणें नुकसान करण्यास तयार झाली आहेस"). Oh proud lady. what small fault dost thou see in me, that (यतः) thou leavest (this) slave? (हे मानी स्त्रिये, तुला माझ्यांत कोणता लहान अपराध दिसला कीं, त्यामुळें तूं (ह्या) दासास (मला) येणेंप्रमाणें सोडून देतेस?). Oh girl, thou art the daughter-in-law of those kings, in whose families the sun and ourselves are the preceptors (हे मुली, ज्यांच्या कुळामध्यें सूर्य व आम्ही गुरु आहोंत, त्या राजांची तूं सून आहेस). You are we and we are you, such was the feeling of us two; what has happened now that you are you and we are we ! (तुम्ही ते आम्ही व आम्ही ते तुम्ही, अशी आपणां दोघांची बुद्धि होती. आतां काय झालें कीं, ज्यामुळें तुम्ही ते तुम्ही व आम्ही ते आम्ही, अशी स्थिति झाली आहे).

त्वं बुधोऽसि । अहमविश्वास्य इति त्वं शङ्कसे किम् । यदा पर्वतं त्वमारोहस्तदा तव नेता क आसीत् । एतां कथां कस्तुभ्यमकथयत् । मम पिता काशीमगच्छद्यदा च स न्यवर्तत तदा स बहून् ग्रंथानानयद्यह्यं चायच्छत् । तत्र किं भूतं तत्कथयास्मभ्यम् । मम ग्रन्थः क्वासीदित्यहं त्वामपृच्छम् । अस्मद्वियोगेन दुःखिता मा भवत । वयं तव प्रसादेन सर्वाणि संकटान्यवातराम । तस्मिन् काले यत्त्वया कृतं तदहं स्मरामि । मया साक्षिणः सोमवासरयागन्तुमादिष्टाः । यदा त्वं मम गृहमागतस्तदाहं तुभ्यं धान्यस्य राशीनयच्छम् । त्वयि पराजिते सति तव सैनिका जेतारं शरणं गताः । बहूनामृषीणामाश्रमानावामपश्याव । आवाभ्यामेतानि पुष्पाण्यानीतानि । मद्वार्तामलभत सः । सर्वान्नरान् युवां निन्दथः । एतत्पारितोषिकं तुभ्यं यच्छामि । त्वत् सतां मार्गो मया ज्ञातः । विनापराधं होतारो मामताडयन् । हे कारुणिक जनकास्मभ्यं तव बालकेभ्यो मा कुप्य । अस्मदात्मनो मित्रेभ्यो दूरमाटत् । तस्य सारमेयस्य ताडनेऽनुचितं कृतं त्वया । त्वयि रक्षितरि सति ते प्रजाः कथमापदमनुभवेयुः । अस्मासु हरिरुत्तमः ।

Lesson XXXI.

May this seat be adorned by your Honour (हें आसन आपण शोभवावें). These horses run as if through rivalry of the deer's speed (हे घोडे हरिणाच्या वेगाच्या प्रतिस्पर्धेनें जणूं काय धांवत आहेत). This book is to be rendered in this way (ह्या पुस्तकाचा अर्थ येणेंप्रमाणें करावयाचा). Oh child, desist from this rash act (हे मुला, हें धाडस करूं नकोस). These are those two trees which I saw yesterday (जे मीं काल पाहिले, ते हे दोन वृक्ष). Give money to this learned Brâhmaṇa (ह्या विद्वान् ब्राह्मणास दक्षिणा द्या). I like the company of these two girls (ह्या दोन मुलींची संगत मला आवडते). I (will) request this Sâranga for the news of my love (मी माझ्या प्रियेच्या बातमीकरितां या सारंगाची विनवणी करितों). Here stands eager for thy union, that one, from whom, oh timid lady, thou fearest a repulse (हे भित्रे, जो तुला झिडकारील अशी तुला शंका वाटते तो तुझ्या समागमाविषयीं आतुर असा उभा आहे). Thou seest this pine tree in front; it is adopted as a son by S'iva (तुला समोर देवदार दिसतो, तो शिवानें पुत्राप्रमाणें मानला आहे). Urvas'î is the dearest to me in the best of women, just as this thy spouse is in the herd (ज्याप्रमाणें ह्या कळपांत हीं तुझी मादी, त्याप्रमाणें उत्तम स्त्रीवर्गामध्यें उर्वशी माझी सर्वांत लाडकी होय). Oh bee, give (me) intelligence of the woman with fascinating eyes; or that lady of mine of lovely form is not at all seen by thee (हे भुंग्या, त्या मनोहर नेत्रांच्या स्त्रियेची बातमी सांग; अथवा ती माझी सुंदर देहाची स्त्री तूं पाहिलीच नाहींस). Oh swan, give me my wife; her gait has been stolen by thee (हे हंसा, माझी बायको दे; तूं तिची चालण्याची ढब चोरली आहेस). Thou wert in this very bower (ह्याच वेलीच्या गृहांत तूं होतास). On the high top of this very object (mountain or tree) was the dwelling of the vulture king (Jatâyu) [ह्याच्याच मोठ्या शिखरावर गिधाडांच्या राजाचें (जटायूचें) घर होतें]. These flower-bearing trees look charming (हे फुललेले वृक्ष मोहक दिसतात). The maid passed by this way; get her soon (दासी ह्या वाटेनें गेली, तिला लवकर घेऊन ये). What wrong has been done to thee by those men, that thou art ready to do harm to them ? (त्यांनीं तुझें काय वाईट केलें आहे कीं, ज्यामुळें त्यांचें नुकसान करण्यास तूं तयार झाला आहेस ?) As this one has fallen at their feet, so kindness must be done to him by them (ज्या अर्थी हा त्यांच्या पायां पडला आहे, त्या अर्थी ह्याचें कल्याण त्यांनीं केलें पाहिजे). Formerly in this town dwelt a great poet who was Kalidâsa by name (पूर्वी ह्या शहरांत महाकवि रहात असे तो नांवानें कालिदास होता). If your ladyship is pleased, I ask this boon (जर बाईसाहेब खूष असल्या तर हें वरदान मागतों). The fruit of that which is done in this world is enjoyed in the other world (जें ह्या जगांत केलें जातें त्याचें फळ दुसऱ्या जगांत भोगण्यांत येतें). Console my afflicted wife with these words (ह्या शब्दांनीं माझ्या दुःखी बायकोचें सान्त्वन कर). Oh Sîtâ, these two are thy sons (हे सीते, तुझे हे दोन मुलगे).

इदं मे पुस्तकम् । राज्ञो यशस्यमी नरा मोदन्ते । नृत्यमिमाः कन्याः शिक्षन्ते । एषु ग्रामेषु बहवो विद्वांसः सन्ति । आभ्यां नयनाभ्यां न प्रेक्षे । अस्मिन् वृक्षे विद्यते वानरः । आसु नदीषु भूयो जलमस्ति । अमीभ्यः पर्वतेभ्यो बहवोऽश्मानः पतिताः । अमीभिर्दण्डैरहं स्तेनं ताडयामि । अमूर्ललनाः शिवालयेऽहमपश्यम् । आसां नदीनां प्रभवा हिमालये सन्ति । एभ्यो बालेभ्य आभ्यः कन्याभ्यश्च कानपि मोदकान् प्रयच्छ । तस्य पर्वतस्य शिखरादवतरन्तं व्याघ्रमपश्यमहम् । अमूभ्यां चोराभ्यामात्मनो हेमाहमरक्षम् । रणाद्धावन्तं तं सैनिकमहमपश्यम् । तेन मार्गेण पान्थो गतः । मृदेमे गर्ते भर । कदर्याद्भिक्षां नापेक्षे । अस्या नद्या नृपस्य प्रासादः क्रोशौ । तत्स्वाद्वाम्रं मह्यं यच्छ । अनेन मृगेण कोऽपराधः कृतः । अनयोर्नद्योः संगमः पवित्रः । अनेन वाससा छन्नाहमदृश्या भवामि । इमे अपि कन्ये प्रदेये ।

LESSON XXXII.

Learning and royalty can never be equal; a king is worshipped in his own country, a learned man is worshipped everywhere (विद्वान् व राजा ह्यांची तुलना कधीं होणार नाहीं; राजाला त्याच्या देशांत मान असतो, विद्वानाला सर्व ठिकाणीं मान असतो). A single virtuous son is preferable and not hundreds of fools; one moon destroys (scatters away) darkness and not a host of stars (एक गुणी मुलगा चांगला—आणि शेकडोंशें मूर्ख नकोत एकटा चंद्र काळोख नाहींसा करतो, ताऱ्यांचे पुंजच्या पुंज तसें करीत नाहींत). That whole forest is made fragrant by that one, excellent, sweet-scented flowering tree, as a family by a worthy son (ज्याप्रमाणें एखादें कुटुंब चांगल्या मुलानें होतें, त्याप्रमाणें त्या एका उत्तम सुवासिक फुललेल्या झाडामुळें तें सर्व रान सुगन्धि झालें आहे). He is a relative who stands by in days of rejoicing as well as in difficulty, in famine, in hostility with the foe, at the royal gate and in the cremation ground (जो आनंदाच्या वेळेस व संकटसमयीं, दुष्काळांत, शत्रूशीं लढते वेळेस, राजाच्या दरवाजांत आणि मसणवटींत असतो तोच सोयरा). A wicked and sweet-tongued man is not fit for confidence (should not be relied upon); because at the tip of his tongue there is honey but in the heart a deadly poison (दुष्ट व गोडबोल्या माणसावर विश्वास ठेवूं नये; त्याच्या जिभेच्या टोंकावर मध असून आंत काळकूट विष असतें). A bad man though adorned with learning should be left off. What ! is not the serpent decked with a jewel dangerous ? (विद्येनें भूषित असाही वाईट मनुष्य टाकून द्यावा—काय, मण्यानें अलंकृत असलेला तो साप भयंकर नसतो ?) He, who is in touch with the high-born, makes friends with the learned and is in union with his relations, is not ruined (जो उच्च कुळांतील माणसांच्या सहवासांत असतो, विद्वानांची मैत्री जोडतो, सोयऱ्याधायऱ्याशीं मिळून मिस-

ळून वागतो, तो नाश पावत नाहीं). He, who leaves the certain and resorts to the uncertain, has the certain things lost and the uncertain things are as good as lost (जो खात्रीच्या गोष्टी सोडून गैरभरंवशाच्या गोष्टींचा आश्रय करतो, त्याच्या खात्रीच्या गोष्टी नाश पावतात व गैरभरंवशाच्या ज्या असतात, त्या नष्ट झाल्यासारख्याच असतात). The wind is a terror to trees, the cold to lotuses, the thunderbolt to mountains and a bad man to saints (झाडांना वाऱ्याची भीति असते; कमळांना हेमंताची, पर्वतांना वज्राची व साधूंना दुष्टाची भीति असते). Therefore, one desiring good days should protect one's dominion; heaven is not got by sacrifices as by preservation (of one's domain) (तेव्हां भरभराट इच्छिणाऱ्यानें आपला प्रदेश रक्षण करावा. स्वर्ग जसा रक्षणानें मिळतो तसा यज्ञांनीं मिळत नाहीं). Just as ripe fruits have no danger but a fall, so also to a man after he is born, there is no terror but from death (ज्याप्रमाणें पिकलेल्या फळांस पडण्याखेरीज दुसरी भीति नाहीं, त्याप्रमाणें जन्मास आलेल्या माणसाला मरणाखेरीज भीति नाहीं). I am not afraid of death. Only my fair name is spoiled. If I die pure, it is indeed like the birth of a son ! (मी मरणाला भीत नाहीं, केवळ माझें नांव बिघडलें. निष्पाप राहून माझें मरण पुत्रजन्माप्रमाणें (आनन्ददायक) होय !) There is no sin in me born in a spotless family. If sin is even suspected in me what is the good of my being sinless ? (निष्कलंक कुळांमध्यें जन्मलेला जो मी त्यामध्यें पाप नाहीं. जर पाप असण्याचा संभव असेल तर मी निष्पाप असून उपयोग काय ?) Always consider wealth a danger; to tell the truth there is not a particle of happiness from it. There is fear to the wealthy even from his son. This is the settled course everywhere. (पैसा हा धोका आहे असें सदोदित समज. खरें पाहिल्यास त्यापासून एक लवमात्रसुद्धां सुख नाहीं. श्रीमंतांस पुत्रापासून-सुद्धां भय असतें. हाच ठराविक क्रम सर्वत्र आहे). What is your wife and what is your son ? This life is very wonderful.

Therefore, brother, ponder over this serious question–whose thou art, whence thou art come. (तुझी बायको कोण व तुझा मुलगा कोण ? हा संसार मोठा विचित्र आहे. म्हणून हे बंधो, तूं कोण व कोठून आलास ह्या तत्त्वाचा विचार कर). Do not try to separate from or to join with foes, friends, sons and relations. If it is thy desire to attain the real truth, quickly be even–minded towards all (शत्रु, मित्र, पुत्र, व सोयरे, ह्यांच्याशीं भेद अथवा एकी करण्याचा प्रयत्न करूं नकोस. जर खरें समजण्याची इच्छा असेल तर सर्व ठिकाणीं समतोल मनाचा हो). Thou hast bought this boat of a body at the high price of religious merit. As long it is not broken, set sail to go to the other shore of the ocean of grief (ही शरीररूपी होडी त्वां पुण्यरूपी मोठी किंमत देऊन विकत घेतली आहेस. जोंपर्यंत ती फुटली नाहीं, तोंपर्यंत दुःखरूपी महासागराच्या पैलतीरास जाण्यास तूं तरता रहा). Speak, friend, whence can there be any fear for an ascetic the members of whose family are these:–Courage–father, forgiveness-mother, lasting peace-the wife, truth–the son, kindness-the sister, control over the mind–the brother, and whose bed is the surface of the earth, whose garments are the directions, and whose dinner the nectar of knowledge. (हे मित्रा, ज्याच्या कुटुंबांतील माणसें पुढें दिल्याप्रमाणें आहेत, अशा योग्याला भय कोठून होईल, बोल–म्हणजे धैर्य हा बाप, क्षमा आई, अढळ शांति बायको, सत्य औरस मुलगा, दया बहीण, आत्मसंयमन भाऊ आणि ज्याचा बिछाना म्हणजे पृथ्वीचा पृष्ठभाग, ज्याचें प्रावरण म्हणजे दिशा, आणि ज्याचें जेवण म्हणजे ज्ञानामृत). It is but the nature of the high–spirited to be courageous in the time of adversity, to be forgiving in days of prosperity, to be fluent of speech in an assembly, to be valorous in battle, to be ambitious for fame and to have a strong inclination for the Vedas (संकटसमयीं धैर्य दाखविणें, चालत्या काळीं क्षमा करणें, सभेंत रसाळ भाषण करणें आणि लढाईंत पराक्रम गाजविणें, यशाची आवड असणें, आणि वेदांचें वेड असणें, हे मोठ्या मनाच्या माणसाचे स्वाभाविक

गुण होत). Idleness is indeed men's great foe resting in their bodies; there is no friend like industry, doing which a man does not go down (आळस हा शरिरांत वसति करणारा मनुष्यांचा मोठा शत्रु आहे. उद्योगासारखा मित्र नाहीं, तो केला असतां माणसास पडती कळा येत नाहीं).

In Brahmâranya there was an elephant named Karpûratilaka. Seeing him all the jackals thought, "If by some remedy this (elephant) dies, then we shall feast ourselves for four months on his body." Then an old jackal declared on oath, " I will bring about his death by the power of my talent." Then that cheat went to Karpûratilaka, and bowing to him by falling prone before him thus addressed, " Sir, do the favour of looking here." Says the elephant, "Who art thou and whence hast thou come ?" He answered " I am a jackal. All the beasts of the forest gathered together and deputed me to your majesty's presence. As it is not advisable to live without a ruler, you, who have all the qualities of a lord, have been singled out for being the crowned king of this forest-domain. Therefore, your majesty will so manage as to come quickly that the auspicious moment may not be lost." So saying he stood up and started. Then that Karpûratilaka being dragged on by his lust for kingdom, ran along the way taken by the jackal and sank into a mire. Then the elephant said, "Friend Jackal, what is to be done now ? Fallen in mud, I am dying; just turn round and see." The jackal said with a smile, " Lord, rise supporting yourself on my tail. As you have trusted my word, bear then a helpless sorrow." (ब्रह्मारण्यांत कर्पूर-

तिलक नांवाचा हत्ती होता. त्याला पाहून सर्व कोल्हे मंडळी विचार करिती झाली. जर हा कोणत्या तरी उपायानें मरेल, तर ह्याच्या देहावर आपली चार महिने चंगळ उडेल. तिकडे एका म्हाताऱ्या कोल्ह्यानें असा विडा उचलला कीं, मी माझ्या बुद्धीच्या जोरावर ह्याचें मरण घडवितों. नंतर तो सोदा कर्पूरतिलकाजवळ जाऊन साष्टांग नमस्कार करून म्हणतो, 'सरकार मेहेरनजर करा.' हत्ती म्हणतो, 'तूं कोण व कोठून आलास ?'—तो म्हणाला 'मी कोल्हा आहें, सर्व रानांतील पशूंनीं एकत्र होऊन मला आपणांकडे पाठविलें आहे. ज्या अर्थी राजाविना राहणें इष्ट नाहीं, त्या अर्थी आपण राजाच्या सर्व गुणांनीं युक्त असल्यामुळें ह्या रानाच्या राज्यावर अभिषेक व्हावा म्हणून आपणांला निवडलें. तेव्हां लग्नवेळ टळूं नये म्हणून राजेसाहेबांनीं लवकर येण्याचें करावें.' असें म्हणून तो उठून चालूं लागला. तेव्हां राज्यलोलुप होऊन तो कर्पूर-तिलक कोल्ह्याच्या मागोमाग जात असतां एका मोठ्या दलदलींत रुतला. तेव्हां त्या हत्तीनें म्हटलें, 'मित्रा कोल्ह्या, आतां काय करावें ? मी चिखलांत रुतून मरतों आहें. जरा मागें वळून पहा.' कोल्हा हंसून म्हणाला, 'महाराज, माझ्या शेंपटाचा आश्रय करून उठा. ज्या अर्थी माझ्यावर भरंवसा टाकलास, त्या अर्थी अशरण असेंच दुःख भोग.'

APPENDIX.

A list of roots in the First Book, with their conjugations, padas, meanings, and third person singular forms of present tense, imperfect tense, imperative mood, potential mood, past passive participle, gerund, infinitive, passive present 3rd person sing.

Roots.	Pre.	Imperf.	Imp.	Pot.	P. P. P.	Ger.	Inf.	Pass. Pre.
अट् 1 P to ramble.	अटति	आटत्	अटतु	अटेत्	अटित	अटित्वा	अटितुम्	अट्यते.
अद् 2 P to eat.	अत्ति	आदत्	अत्तु	अद्यात्	जग्ध	जग्ध्वा	अत्तुम्	अद्यते.
अर्थ् 10 A to beg.	अर्थयते	आर्थयत	अर्थयताम्	अर्थयेत	अर्थित	अर्थयित्वा, प्रार्थ्य	अर्थयितुम्	अर्थ्यते.
अर्ह् 1 P to deserve.	अर्हति	आर्हत्	अर्हतु	अर्हेत्	अर्हित	अर्हित्वा	अर्हितुम्	अर्ह्यते.
अव् 1 P to protect.	अवति	आवत्	अवतु	अवेत्	अवित	अवित्वा	अवितुम्	अव्यते.
अस् 2 P to be.	अस्ति	आसीत्	अस्तु	स्यात्	—	—	—	—
अस् 4 P to throw.	अस्यति	आस्यत्	अस्यतु	अस्येत्	अस्त	असित्वा, अस्त्वा, प्रास्य	असितुम्	अस्यते.
इष् 6 P to wish.	इच्छति	ऐच्छत्	इच्छतु	इच्छेत्	इष्ट	इष्ट्वा, एषित्वा	एषितुम्	इष्यते
इष् with अनु 4 P to search for	अन्विष्यति	अन्वैष्यत्	अन्विष्यतु	अन्विष्येत्	अन्वेषित	अन्विष्य	अन्वेषितुम्	अन्विष्यते
ईक्ष् 1 A to see.	ईक्षते	ऐक्षत	ईक्षताम्	ईक्षेत	ईक्षित	ईक्षित्वा, अपेक्ष्य	ईक्षितुम्	ईक्ष्यते.
उञ्छ् 6 P to glean.	उञ्छति	औञ्छत्	उञ्छतु	उञ्छेत्	उञ्छित	उञ्छित्वा	उञ्छितुम्	उञ्छ्यते.
ऋध् 4 P to prosper.	ऋध्यति	आर्ध्यत्	ऋध्यतु	ऋध्येत्	ऋद्ध	अर्धित्वा, ऋद्ध्वा	अर्धितुम्	ऋध्यते
कत्थ् 1 A to praise.	कत्थते	अकत्थत	कत्थताम्	कत्थेत	कत्थित	कत्थित्वा	कत्थितुम्	कत्थ्यते

कथ् 10 U to tell.	कथयति-ते	अकथयत्-त	कथयतु-ताम्	कथयेत्-त	कथित	कथयित्वा	कथयितुम्	कथ्यते.
काश् 1 A to shine.	काशते	अकाशत	काशताम्	काशेत	काशित	काशित्वा, प्रकाश्य	काशितुम्	काश्यते.
कुप् 4 P to be angry.	कुप्यति	अकुप्यत्	कुप्यतु	कुप्येत्	कुपित	कुपित्वा, कोपित्वा संकुप्य	कोपितुम्	कुप्यते.
कुस 4 P to embrace.	कुस्यति	अकुस्यत्	कुस्यतु	कुस्येत्	कुसित	कुसित्वा, कोसित्वा	कुसितुम् कोसितुम्	कुस्यते.
कृष 1 P. to plough.	कर्षति	अकर्षत्	कर्षतु	कर्षेत्	कृष्ट	कृष्ट्वा, संकृष्य	कर्ष्टुम्, क्रष्टुम्	कृष्यते.
कृष् 6 U to plough.	कृषति-ते	अकृषत्-त	कृषतु-ताम्	कृषेत्-कृषेत	,,	,,	,,	,,
कॢप् 1 A to be able.	कल्पते	अकल्पत	कल्पताम्	कल्पेत	कॢप्त	कॢप्त्वा, कल्पित्वा प्रकल्प्य	कल्पितुम् कल्प्तुम्	कॢप्यते.
क्रीड् 1 P to play.	क्रीडति	अक्रीडत्	क्रीडतु	क्रीडेत्	क्रीडित	क्रीडित्वा	क्रीडितुम्	क्रीड्यते.
क्रुध् 1 P to be angry.	क्रुध्यति	अक्रुध्यत्	क्रुध्यतु	क्रुध्येत्	क्रुद्ध	क्रुद्ध्वा, संक्रुध्य	क्रोद्धुम्	क्रुध्यते.
क्षम् 1 A to forgive.	क्षमते	अक्षमत	क्षमताम्	क्षमेत	क्षान्त	क्षमित्वा, क्षांत्वा संक्षम्य	क्षमितुम् क्षन्तुम्	क्षम्यते.
क्षम् 4 P to forgive.	क्षाम्यति	अक्षाम्यत्	क्षाम्यतु	क्षाम्येत्	,,	,,	,,	क्षम्यते.
क्षल् 10 U to wash.	क्षालयति क्षालयते	अक्षालयत् अक्षालयत	क्षालयतु क्षालयताम्	क्षालयेत् क्षालयेत	क्षालित	क्षालयित्वा प्रक्षाल्य	क्षालयितुम्	क्षाल्यते.
क्षि 1 P to waste away.	क्षयति	अक्षयत्	क्षयतु	क्षयेत्	क्षित, क्षीण	क्षित्वा. प्रक्षीय	क्षेतुम्	क्षीयते.
क्षिप् 6 P to throw.	क्षिपति	अक्षिपत्	क्षिपतु	क्षिपेत्	क्षिप्त	क्षिप्त्वा, संक्षिप्य	क्षेप्तुम्	क्षिप्यते.
,, 6 A ,,	क्षिपते	अक्षिपत	क्षिपताम्	क्षिपेत				
क्षुभ् 4 to be agitated.	क्षुभ्यति	अक्षुभ्यत्	क्षुभ्यतु	क्षुभ्येत्	क्षुब्ध, क्षुभित	क्षुभित्वा, क्षोभित्वा प्रक्षुभ्य	क्षोभितुम्	क्षुभ्यते.
खन् 1 P to dig.	खनति	अखनत्	खनतु	खनेत्	खात	खनित्वा, खात्वा,		खन्यते.
,, A to dig.	खनते	अखनत	खनताम्	खनेत		उत्खाय, उत्खन्य	खनितुम्	खायते.

गण् 10 P to count.	गणयति	अगणयत्	गणयतु	गणयेत्	गणित	गणयित्वा, विगणय्य	गणयितुम्	गण्यते.
,, ,, A ,, ,,	गणयते	अगणयत	गणयताम्	गणयेत				
गम् 1 P to go.	गच्छति	अगच्छत्	गच्छतु	गच्छेत्	गत	गत्वा, आगम्य-त्य	गन्तुम्	गम्यते.
गम् (with सम्) 1 A to join.	गच्छते	अगच्छत	गच्छताम्	गच्छेत	,,	संगम्य, संगत्य	,,	,,
गल् 1 P to drop.	गलति	अगलत्	गलतु	गलेत्	गलित	गलित्वा	गलितुम्	गल्यते.
गल्भ् 1 A to be bold.	गल्भते	अगल्भत	गल्भताम्	गल्भेत	गल्भित	गल्भित्वा	गल्भितुम्	गल्भ्यते.
गाह् 1 A to bathe.	गाहते	अगाहत	गाहताम्	गाहेत	गाढ	गाहित्वा, गाढ्वा, अवगाह्य	गाहितुम् गाढुम्	गाह्यते.
गै 1 P to sing.	गायति	अगायत्	गायतु	गायेत्	गीत	गीत्वा, प्रगाय	गातुम्	गीयते.
घुष् 10 U to proclaim.	घोषयति-ते	अघोषयत् -त	घोषयतु-ताम्	घोषयेत्-त	घोषित	घोषयित्वा, उद्घोष्य	घोषयितुम्	घोष्यते.
चर् 1 P to walk.	चरति	अचरत्	चरतु	चरेत्	चरित	चरित्वा, संचर्य	चरितुम्	चर्यते.
चल् 1 P to go.	चलति	अचलत्	चलतु	चलेत्	चलित	चलित्वा	चलितुम्	चल्यते.
चिन्त् 10 U to contemplate.	चिन्तयति -ते	अचिन्त-यत् त	चिन्तयतु -ताम्	चिन्तयेत् -त	चिन्तित	चिन्तयित्वा, संचिन्त्य	चिन्तयितुम्	चिन्त्यते
चुर 10 U to steal.	चोरयति -ते	अचोरयत्- -त	चोरयतु- ताम्	चोरयेत -त	चोरित	चोरयित्वा, संचोर्य	चोरयितुम्	चोर्यते.
जन् 4 A to result.	जायते	अजायत	जायताम्	जायेत	जात	जनित्वा, संजाय, संजन्य	जनितुम्	जन्यते, जायते.
जल्प् 1 P to prattle.	जल्पति	अजल्पत्	जल्पतु	जल्पेत्	जल्पित	जल्पित्वा, प्रजल्प्य	जल्पितुम्	जल्प्यते.
जि 1 P to conquer.	जयति	अजयत्	जयतु	जयेत्	जित	जित्वा, विजित्य	जेतुम्	जीयते.
जीव् 1 P to live.	जीवति	अजीवत्	जीवतु	जीवेत्	जीवित	जीवित्वा	जीवितुम्	जीव्यते.
डी 1 A to fly.	डयते	अडयत	डयताम्	डयेत	डयित	डयित्वा, उड्डीय	डयितुम्	डीयते.
तड् 10 U to beat.	ताडयति –ते	अताडयत् –त	ताडयतु –ताम्	ताडयेत् –त	ताडित	ताडयित्वा, संताड्य	ताडयितुम्	ताड्यते.

तन्त्र् 10 A to tend	तन्त्रयते	अतन्त्रयत	तन्त्रयताम्	तन्त्रयेत	तन्त्रित	तन्त्रयित्वा	तन्त्रयितुम्	तन्त्र्यते.
तप् 1 P to shine	तपति	अतपत्	तपतु	तपेत्	तप्त	तप्त्वा, संतप्य	तप्तुम्	तप्यते
तुद् 6 U to inflict pain on	तुदति ते	अतुदत्-त	तुदतु-ताम्	तुदेत्-त	तुन्न	तुत्त्वा, प्रतुद्य	तोत्तुम्	तुद्यते
तुल् 10 P to weigh	तोलयति-ते	अतोलयत् -त	तोलयतु -ताम्	तोलयेत् त	तोलित	तोलयित्वा, उत्तोल्य	तोलयि- तुम्	तोल्यते
तुष् 4 P to be pleased	तुष्यति	अतुष्यत्	तुष्यतु	तुष्येत्	तुष्ट	तुष्ट्वा, परितुष्य	तोष्टुम्	तुष्यते.
तॄ 1 P to cross over	तरति	अतरत्	तरतु	तरेत्	तीर्ण	तीर्त्वा, उत्तीर्य	तरितुम्, तरीतुम्	तीर्यते.
त्यज् 1 P to abandon	त्यजति	अत्यजत्	त्यजतु	त्यजेत्	त्यक्त	त्यक्त्वा, संत्यज्य	त्यक्तुम्	त्यज्यते.
त्वर् 1 A to hasten	त्वरते	अत्वरत	त्वरताम्	त्वरेत	त्वरित, तूर्ण	त्वरित्वा, संत्वर्य	त्वरितुम्	त्वर्यते.
दण्ड् 10 U to punish	दण्डयति -ते	अदण्डयत् -त	दण्डयतु -ताम्	दण्डयेत्-त	दण्डित	दण्डयित्वा	दण्डयितुम्	दण्ड्यते
दह् 1 P to burn	दहति	अदहत्	दहतु	दहेत्	दग्ध	दग्ध्वा, संदह्य	दग्धुम्	दह्यते
दा 1 P to give	यच्छति	अयच्छत्	यच्छतु	यच्छेत्	दत्त	दत्त्वा संदाय	दातुम्	दीयते
दिश् 6 U to show	दिशति-ते	अदिशत्-त	दिशतु-ताम्	दिशेत्-त	दिष्ट	दिष्ट्वा, आदिश्य	देष्टुम्	दिश्यते
दृश् 1 P to see	पश्यति	अपश्यत्	पश्यतु	पश्येत्	दृष्ट	दृष्ट्वा, संदृश्य	द्रष्टुम्	दृश्यते
दॄ 10 U to tear	दारयति-ते	अदारयत्-त	दारयतु-ताम्	दारयेत्-त	दीर्ण	दीर्त्वा, विदीर्य	दरितुम् दरीतुम्	दीर्यते
द्रुह् 4 P to act the traitor	द्रुह्यति	अद्रुह्यत्	द्रुह्यतु	द्रुह्येत्	द्रुग्ध, द्रूढ	द्रुहित्वा, द्रोहित्वा, द्रुग्ध्वा, द्रूढ्वा	द्रोहितुम् द्रोग्धुम्, द्रोढुम्	द्रुह्यते
द्युत् 1 A to shine	द्योतते	अद्योतत	द्योतताम्	द्योतेत	द्युतित, द्योतित	द्योतित्वा, विद्युत्य	द्योतितुम्	द्युत्यते

धाव् 1 U to run	धावति-ते	अधावत्-त	धावतु-ताम्	धावेत्-त	धावित, धौत	धावित्वा, धौत्वा, प्रधाव्य	धावितुम्	धाव्यते
धीर् (with अव) 10 A to disregard	अवधीरयते	अवधीरयत	अवधीरय-ताम्	अवधीरयेत	अवधीरित	अवधीर्य	अवधीर-यितुम्	अवधीर्यते
धृ 10 U to owe	धारयति-ते	अधारयत्-त	धारयतु-ताम्	धारयेत्-त	धारित	धारयित्वा, संधार्य	धारयितुम्	धार्यते
धृ 1 U to sieze	धरति-ते	अधरत्-त	धरतु-ताम्	धरेत्-त	धृत	धृत्वा, विधृत्य उद्धृत्य	धर्तुम्	ध्रियते
ध्वंस् 1 A to perish	ध्वंसते	अध्वंसत	ध्वंसताम्	ध्वंसेत	ध्वस्त	ध्वंसित्वा, ध्वस्त्वा, विध्वस्य	ध्वंसितुम्	ध्वस्यते
नन्द् 1 P to be glad	नन्दति	अनन्दत्	नन्दतु	नन्देत्	नन्दित	नन्दित्वा, अभिनन्द्य	नन्दितुम्	नन्द्यते
नम् 1 P to bow to	नमति	अनमत्	नमतु	नमेत्	नत	नत्वा, प्रणम्य प्रणत्य	नन्तुम्	नम्यते
नश् 1 P to perish	नश्यति	अनश्यत्	नश्यतु	नश्येत्	नष्ट	नष्ट्वा, नशित्वा, विनश्य,	नष्टुम्	नश्यते
नाट् 10 U to act	नाटयति-ते	अनाटयत्-त	नाटयतु-ताम्	नाटयेत्-त	नाटित	नाटयित्वा	नाटयितुम्	नाट्यते
निन्द् 1 P to censure	निन्दति	अनिन्दत्	निन्दतु	निन्देत्	निन्दित	निन्दित्वा, विनिन्द्य	निन्दितुम्	निन्द्यते
नी 1 U to carry	नयति-ते	अनयत्-त	नयतु-ताम्	नयेत्-त	नीत	नीत्वा, आनीय	नेतुम्	नीयते
नृत् 4 P to dance	नृत्यति	अनृत्यत्	नृत्यतु	नृत्येत्	नृत	नर्तित्वा, प्रनृत्य	नर्तितुम्	नृत्यते
पच् 1 P to cook	पचति	अपचत्	पचतु	पचेत्	पक्व	पक्त्वा, विपच्य	पक्तुम्	पच्यते
पठ् 1 P to learn	पठति	अपठत्	पठतु	पठेत्	पठित	पठित्वा, प्रपठ्य	पठितुम्	पठ्यते
पत् 1 P to fall,	पतति	अपतत्	पततु	पतेत्	पतित	पतित्वा, निपत्य	पतितुम्	पत्यते
पद् 4 A to go	पद्यते	अपद्यत	पद्यताम्	पद्येत	पन्न	पत्त्वा, प्रपद्य	पत्तुम्	पद्यते
पा 1 P to drink	पिबति	अपिबत्	पिबतु	पिबेत्	पीत	पीत्वा, निपाय	पातुम्	पीयते
पार् 10 U to rescue	पारयति-ते	अपारयत्-त	पारयतु-ताम्	पारयेत्-त	पारित	पारयित्वा	पारयितुम्	पार्यते

पीड् 10 U to give pain	पीडयति-ते	अपीडयत् –त	पीडयतु –ताम्	पीडयेत्–त	पीडित	पीडयित्वा, निपीड्य	पीडयितुम्	पीड्यते.
पुष् 4 P to nourish	पुष्यति	अपुष्यत्	पुष्यतु	पुष्येत्	पुष्ट	पुष्ट्वा, संपुष्य	पोष्टुम्	पुष्यते.
पूज् 10 U to worship	पूजयति –ते	अपूजयत् –त	पूजयतु –ताम्	पूजयेत् त	पूजित	पूजयित्वा, संपूज्य	पूजयितुम्	पूज्यते.
प्रच्छ् 6 P to ask	पृच्छति	अपृच्छत्	पृच्छतु	पृच्छेत्	पृष्ट	पृष्ट्वा, आपृच्छ्य	प्रष्टुम्	पृच्छ्यते.
प्रथ् 10 U to publish	प्रथयति–ते	अप्रथयत् –त	प्रथयतु –ताम्	प्रथयेत् –त	प्रथित	प्रथयित्वा	प्रथयितुम्	प्रथ्यते.
प्री 10 U to please	प्रीणयति–ते	अप्रीणयत् –त	प्रीणयतु –ताम्	प्रीणयेत् –त	प्रीत	प्रीत्वा, संप्रीय	प्रेतुम्	प्रीयते.
फल् 1 P to result	फलति	अफलत्	फलतु	फलेत्	फलित	फलित्वा	फलितुम्	फल्यते.
बुध् 1 P to know	बोधति	अबोधत्	बोधतु	बोधेत्	बुधित	बुधित्वा, बोधित्वा, संबुध्य	बोधितुम्	बुध्यते.
भक्ष् 10 U to eat	भक्षयति–ते	अभक्षयत् –त	भक्षयतु –ताम्	भक्ष –त	भक्षित	भक्षयित्वा	भक्षयितुम्	भक्ष्यते.
भज् 1 U to worship	भजति–ते	अभजत् –त	भजतु –ताम्	भजेत्–त	भक्त	भक्त्वा, विभज्य	भक्तुम्	भज्यते.
भाष् 1 A to speak	भाषते	अभाषत	भाषताम्	भाषेत	भाषित	भाषित्वा, संभाष्य	भाषितुम्	भाष्यते.
भिक्ष् 1 A to be for	भिक्षते	अभिक्षत	भिक्षताम्	भिक्षेत	भिक्षित	भिक्षित्वा, संभिक्ष्य	भिक्षितुम्	भिक्ष्यते.
भू 1 P to be	भवति	अभवत्	भवतु	भवेत्	भूत	भूत्वा, अनुभूय	भवितुम्	भूयते.
भूष् 10 U to adorn	भूषयति–ते	अभूषयत् –त	भूषयतु –ताम्	भूषयेत् –त	भूषित	भूषयित्वा, संभूष्य	भूषयितुम्	भूष्यते.
भृ 1 U to fill	भरति–ते	अभरत्–त	भरतु –ताम्	भरेत्–त	भृत	भृत्वा, संभृत्य	भर्तुम्	भ्रियते.
मद् 4 P to err	माद्यति	अमाद्यत्	माद्यतु	माद्येत्	मत्त	मदित्वा, संमद्य	मदितुम्	मद्यते.
मन् 4 A to think	मन्यते	अमन्यत	मन्यताम्	मन्येत	मत	मत्वा, अनुमत्य	मन्तुम्	मन्यते.

मन्त्र् 10 A to invite	मन्त्रयते	अमन्त्रयत	मन्त्रयताम्	मन्त्रयेत	मन्त्रित	मन्त्रयित्वा, आमन्त्र्य	मन्त्रयितुम्	मन्त्र्यते.
मार्ग् 10 U to seek	मार्गयति –ते	अमार्गयत् –त	मार्गयतु –ताम्	मार्गयेत् –त	मार्गित	मार्गयित्वा	मार्गयितुम्	मार्ग्यते.
मुच् 6 U to release	मुञ्चति-ते	अमुञ्चत् –त	मुञ्चतु –ताम्	मुञ्चेत्–त	मुक्त	मुक्त्वा, विमुच्य	मोक्तुम्	मुच्यते.
मुद् 1 A to rejoice	मोदते	अमोदत	मोदताम्	मोदेत	मुदित, मोदित	मोदित्वा, मुदित्वा, संमुद्य	मोदितुम्	मुद्यते.
मुह् 4 P to be silly	मुह्यति	अमुह्यत्	मुह्यतु	मुह्येत्	मुग्ध, मूढ	मोहित्वा, मुहित्वा, मूढ्वा, मुग्ध्वा, संमुह्य	मोहितुम्, मोग्धुम् मोढुम्	मुह्यते.
मुर्च्छ् 1 P to swoon	मूर्च्छति	अमूर्च्छत्	मूर्च्छतु	मूर्च्छेत्	मूर्च्छित	मूर्च्छित्वा	मूर्च्छितुम्	मूर्च्छ्यते.
मृ 6 A to die	म्रियते	अम्रियत	म्रियताम्	म्रियेत	मृत	मृत्वा, अनुमृत्य	मर्तुम्	म्रियते.
मृग् 10 A to seek	मृगयते	अमृगयत	मृगयताम्	मृगयेत	मृगित	मृगयित्वा	मृगयितुम्	मृग्यते.
मृश् 6 P to touch	मृशति	अमृशत्	मृशतु	मृशेत्	मृष्ट	मृष्ट्वा, परामृश्य	मर्ष्टुम्, म्रष्टुम्	मृश्यते.
यज् 1 P to worship	यजति	अयजत्	यजतु	यजेत्	इष्ट	इष्ट्वा, समिज्य	यष्टुम्	इज्यते.
यत् 1 A to strive	यतते	अयतत	यतताम्	यतेत	यत्त	यतित्वा, संयत्य	यतितुम्	यत्यते.
याच् 1 U to beg	याचति ते	अयाचत्–त	याचतु–ताम्	याचेत्-त	याचित	याचित्वा, अनुयाच्य	याचितुम्	याच्यते.
युध् 4 A to fight	युध्यते	अयुध्यत	युध्यताम्	युध्येत	युद्ध	युद्ध्वा, नियुध्य	योद्धुम्	युध्यते.
रक्ष् 1 P to protect	रक्षति	अरक्षत्	रक्षतु	रक्षेत्	रक्षित	रक्षित्वा, संरक्ष्य	रक्षितुम्	रक्ष्यते.
रच् 10 U to arrange	रचयति–ते	अरचयत्-त	रचयतु	रचयेत्-त	रचित	रचयित्वा, विरचय्य	रचयितुम्	रच्यते.
रभ् 1 A to begin	रभते	अरभत	रभताम्	रभेत	रब्ध	रब्ध्वा, आरभ्य	रब्धुम्	रभ्यते

रम् 1 A to sport	रमते	अरमत	रमताम्	रमेत	रत	रत्वा, रमित्वा, विरम्य, विरत्य	रन्तुम्	रम्यते
राज् 1 U to shine	राजति-ते	अराजत् -त	राजतु -ताम्	राजेत्-त	राजित	राजित्वा, विराज्य	राजितुम्	राज्यते
रुच् 1 A to be liked	रोचते	अरोचत	रोचताम्	रोचेत	रुचित, रोचित	रुचित्वा, रोचित्वा संरुच्य	रोचितुम्	रुच्यते
रुध् 4 A to desire	रुध्यते	अरुध्यत	रुध्यताम्	रुध्येत	रुद्ध	रुद्ध्वा, अनुरुध्य	रोद्धुम्	रुध्यते
रुह् 1 P to grow	रोहति	अरोहत्	रोहतु	रोहेत्	रूढ	रूढ्वा, आरुह्य	रोढुम्	रुह्यते
लक्ष् 10 U to observe	लक्षयति-ते	अलक्षयत् -त	लक्षयतु -ताम्	लक्षयेत्-त	लक्षित	लक्षयित्वा, अनुलक्ष्य	लक्षयितुम्	लक्ष्यते
लङ्घ् 1 A to transgress	लङ्घते	अलङ्घत	लङ्घताम्	लङ्घेत	लङ्घित	लङ्घित्वा, उल्लङ्घ्य	लङ्घितुम्	लङ्घ्यते
लज्ज् 6 A to feel shame	लज्जते	अलज्जत	लज्जताम्	लज्जेत	लज्जित	लज्जित्वा	लज्जितुम्	लज्ज्यते
लभ् 1 A to obtain	लभते	अलभत	लभताम्	लभेत	लब्ध	लब्ध्वा, आलभ्य	लब्धुम्	लभ्यते.
लम्ब् 1 A to fall	लम्बते	अलम्बत	लम्बताम्	लम्बेत	लम्बित	लम्बित्वा, अवलम्ब्य	लम्बितुम्	लम्ब्यते.
लुट् 4 to wallow	लुटयति	अलुटयत्	लुटयतु	लुट्येत्	लुटित, लोटित	लुटित्वा, लोटित्वा	लोटितुम्	लुट्यते.
लुभ् 4 P to covet	लुभ्यति	अलुभ्यत्	लुभ्यतु	लुभ्येत्	लुब्ध	} लुभित्वा, लोभित्वा	लोभितुम्	लोब्धुम्.
,, 6 ,, ,, ,,	लुभति	अलुभत्	लुभतु	लुभेत्	लुभित	} लुब्ध्वा, प्रलुभ्य		,,
वद् 1 P to speak	वदति	अवदत्	वदतु	वदेत्	उदित	उदित्वा अनूद्य	वदितुम्	उद्यते.
वन्द् 1 A to salute	वन्दते	अवन्दत	वन्दताम्	वन्देत	वन्दित	वन्दित्वा अभिवन्द्य	वन्दितुम्	वन्द्यते.
वर्ण् 10 U to extol	वर्णयति -ते	अवर्णयत् -त	वर्णयतु -ताम्	वर्णयेत्-त	वर्णित	वर्णयित्वा, निर्वर्ण्य	वर्णयितुम्	वर्ण्यते.
वस् 1 P to dwell	वसति	अवसत्	वसतु	वसेत्	उषित	उषित्वा, प्रोष्य	वस्तुम्	उष्यते.
वह् 1 P to bear	वहति	अवहत्	वहतु	वहेत्	ऊढ	ऊढ्वा, प्रोह्य	वोढुम्	उह्यते.
वाञ्छ् 1 to desire	वाञ्छति	अवाञ्छत्	वाञ्छतु	वाञ्छेत्	वाञ्छित	वाञ्छित्वा, अभिवाञ्छ्य	वाञ्छितुम्	वाञ्छ्यते

वाद् 10 U (with अभि) to respect	वादयते	अवादयत	वादयताम्	वादयेत	वादित	वादयित्वा, अभिवाद्य	वादयितुम्	वाद्यते.
विद् 6 U to obtain	विन्दति-ते	अविन्दत् —त	विन्दतु— ताम्	विन्देत्-त	वित्त, विन्न	विदित्वा, वेदित्वा, वित्त्वा संविद्य	वेत्तुम् वेदितुम्	विद्यते.
,, 4 A to be	विद्यते	अविद्यत	ताम्	विद्येत	विन्न	वित्त्वा	वेत्तुम्	विद्यते.
विश् 6 P to enter	विशति	अविशत्	तु	विशेत्	विष्ट	विष्ट्वा, प्रविश्य	वेष्टुम्	विश्यते.
वृत् 1 A to be	वर्तते	अवर्तत	ाम्	वर्तेत	वृत्त	वर्तित्वा, वृत्त्वा अनुवृत्य	वर्तितुम्	वृत्यते.
वृध् 1 A to increase	वर्धते	अवर्धत	वर्धताम्	वर्धेत	वृद्ध	वर्धित्वा, वृद्ध्वा संवृध्य	वर्धितुम्	वृध्यते.
वेप् 1 A to quake	वेपते	अवेपत	वेपताम्	वेपेत	वेपित	वेपित्वा,	वेपितुम्	वेप्यते.
व्रज् 1 P to go	व्रजति	अव्रजत्	व्रजतु	व्रजेत्	व्रजित	व्रजित्वा	व्रजितुम्	व्रज्यते.
शंस् 1 P to tell	शंसति	अशंसत्	शंसतु	शंसेत्	शस्त	शंसित्वा, शस्त्वा प्रशस्य	शंसितुम्	शस्यते.
शंस् A (w h आ) o desire	शंसते	अशंसत	सताम्	शंसेत	शंसित	आशंस्य		शस्यते.
शङ्क् 1 A to uspect	शङ्कते	अशङ्कत	शङ्कताम्	शङ्केत	शङ्कित	शङ्कित्वा,आशङ्क्य	शङ्कितुम्	शङ्क्यते.
शम् 4 P to b alm	शाम्यति	अशाम्यत्	शाम्यतु	शाम्येत्	शान्त	शान्त्वा, शमित्वा निशम्य	शमितुम्	शम्यते.
शिक्ष् A to learn	शिक्षते	अशिक्षत	शिक्षताम्	शिक्षेत	शिक्षित	शिक्षित्वा, प्रशिक्ष्य	शिक्षितुम्	शिक्ष्यते.
शुच् P to bewai	शोचति	अशोचत्	शोचतु	शोचेत्	शुचित शोचित	शुचित्वा, शोचित्वा परिशुच्य	शोचितुम्	शुच्यते.
शुभ् A to become	शोभते	अशोभत	शोभताम्	शोभेत	शुभित शोभित	शुभित्वा, शोभित्वा, प्रशुभ्य	शोभितुम्	शुभ्यते.
शुष् 4 P to dry	शुष्यति	अशुष्यत्	शुष्यतु	शुष्येत्	शुष्क	शुष्ट्वा, परिशुष्य	शोष्टुम्	शुष्यते.
श्रम् 4 P to be we	श्राम्यति	अश्राम्यत्	श्राम्यतु	श्राम्येत्	श्रान्त	श्रान्त्वा, श्रमित्वा विश्रम्य,	श्रमितुम्	श्रम्यते.

श्रि 1 U to serve	श्रयति-ते	अश्रयत् -त	श्रयतु -ताम्	श्रयेत्-त	श्रित	श्रित्वा, आश्रित्य	श्रयितुम्	श्रीयते.
श्लाघ् 1 A to praise	श्लाघते	अश्लाघत	श्लाघताम्	श्लाघेत	श्लाघित	श्लाघित्वा, संश्लाघ्य	श्लाघितुम्	श्लाघ्यते
श्लिष् 4 P to embrace	श्लिष्यति	अश्लिष्यत्	श्लिष्यतु	श्लिष्येत्	श्लिष्ट	श्लिष्ट्वा, आश्लिष्य	श्लेष्टुम्	श्लिष्यते.
सद् 1 P to break	सीदति	असीदत्	सीदतु	सीदेत्	सन्न	सत्त्वा. निषद्य	सत्तुम्	सद्यते.
सह् 1 A to endure	सहते	असहत	सहताम्	सहेत	सोढ	सहित्वा, सोढ्वा, प्रसह्य	सहितुम् सोढुम्	सह्यते
सान्त्व् 10 U to appease	सान्त्वयति-ते	असान्त्वयत्-त	सान्त्वयतु -ताम्	सान्त्वयेत् -त	सान्त्वित	सान्त्वयित्वा, परिसान्त्व्य	सान्त्वयितुम्	सान्त्व्यते
सिच् 6 P to sprinkle	सिञ्चति	असिञ्चत्	सिञ्चतु	सिञ्चेत्	सिक्त	सिक्त्वा, अभिषिच्य	सेक्तुम्	सिच्यते
,, A ,, ,,	-ते	-त	-ताम्	-त				
मृद् 10 U to destroy	मृदयति -ते	अमृदयत् -त	मृदयतु -ताम्	मृदयेत्-त	मृदित	मृदयित्वा, निमृद्य	मृदयितुम्	मृद्यते.
सृ 1 P to move	सरति धावति	असरत् अधावत्	सरतु धावतु	सरेत् धावेत्	सृत	सृत्वा, अनुसृत्य	सर्तुम्	स्रियते.
सृज् 6 P to create	सृजति	असृजत्	सृजतु	सृजेत्	सृष्ट	सृष्ट्वा, संसृज्य	स्रष्टुम्	सृज्यते.
सेव् 1 P to serve	सेवते	असेवत	सेवताम्	सेवेत	सेवित	सेवित्वा, निषेव्य	सेवितुम्	सेव्यते.
स्था 1 P to stand	तिष्ठति	अतिष्ठत्	तिष्ठतु	तिष्ठेत्	स्थित	स्थित्वा, उत्थाय	स्थातुम्	स्थीयते
स्निह् 4 P to love	स्निह्यति	अस्निह्यत्	स्निह्यतु	स्निह्येत्	स्निग्ध स्नीढ	स्निहित्वा, स्नेहित्वा, स्नीढ्वा, स्निग्ध्वा. उपस्निह्य	स्नेहितुम्, स्नेढुम्, स्नेग्धुम्	स्निह्यते
स्पन्द् 1 A to throb	स्पन्दते	अस्पन्दत	स्पन्दताम्	स्पन्देत	स्पन्दित	स्पन्दित्वा, परिस्पन्द्य	स्पन्दितुम्	स्पन्द्यते
स्पर्ध् 1 A to envy	स्पर्धते	अस्पर्धत	स्पर्धताम्	स्पर्धेत	स्पर्धित	स्पर्धित्वा, प्रतिस्पर्ध्य	स्पर्धितुम्	स्पर्ध्यते.
स्पृश् 6 P to touch	स्पृशति	अस्पृशत्	स्पृशतु	स्पृशेत्	स्पृष्ट	स्पृष्ट्वा, उपस्पृश्य	स्प्रष्टुम् स्पर्ष्टुम्	स्पृश्यते.

स्पृह् 10 U to desire	स्पृहयति -ते	अस्पृहयत् -त	स्पृहयतु -ताम्	स्पृहयेत्-त	स्पृहित	स्पृहयित्वा	स्पृहयितुम्	स्पृह्यते.
स्फुर् 6 P to throb	स्फुरति	अस्फुरत्	स्फुरतु	स्फुरेत्	स्फुरित	स्फुरित्वा, प्रस्फूर्य	स्फुरितुम्	स्फूर्यते.
स्मि 1 A to smile	स्मयते	अस्मयत	स्मयताम्	स्मयेत	स्मित	स्मित्वा, विस्मित्य	स्मेतुम्	स्मीयते.
स्मृ 1 P to remember	स्मरति	अस्मरत्	स्मरतु	स्मरेत्	स्मृत	स्मृत्वा, विस्मृत्य	स्मर्तुम्	स्मर्यते.
स्रंस् 1 A to drop	स्रंसते	अस्रंसत	स्रंसताम्	स्रंसेत	स्रस्त	स्रंसित्वा, स्रस्त्वा, विस्रस्य	स्रंसितुम्	स्रस्यते.
स्वाद् 1 A to taste	स्वादते	अस्वादत	स्वादताम्	स्वादेत	स्वादित	स्वादित्वा	स्वादितुम्	स्वाद्यते.
हस् 1 P to laugh	हसति	अहसत्	हसतु	हसेत्	हसित	हसित्वा, विहस्य	हसितुम्	हस्यते.
हृ 1 P to carry	हरति	अहरत्	हरतु	हरेत्	हृत	हृत्वा, विहृत्य	हर्तुम्	ह्रियते.
ह्लाद् 10 P to delight	ह्लादयति	अह्लादयत्	ह्लादयतु	ह्लादयेत्	ह्लादित	ह्लादयित्वा,	ह्लादयितुम्	ह्लाद्यते.
,, ,, A ,, ,,	-ते	-त	-ताम्	-त		आह्लाद्य		
ह्वे 1 P to call	ह्वयति-ते	अह्वयत्-त	ह्वयतु-ताम्	ह्वयेत्-त	हूत	हूत्वा, आहूय	ह्वातुम्	हूयते.

A list of roots in the First Book, not belonging to the 1st, 4th, 6th and 10th conjugations, with their meaning and forms of p. p. p., gerund, infinitive and passive present 3rd pers. sing.

	P. P.	Gerund	Inf.	Pass. Present.
आप् to obtain	आप्त	आप्त्वा, प्राप्य	आप्तुम्	आप्यते.
कृ to do	कृत	कृत्वा, अनुकृत्य	कर्तुम्	क्रियते.
छिद् to cut off	छिन्न	छित्त्वा, प्रच्छिद्य	छेत्तुम्	छिद्यते.
ज्ञा to know	ज्ञात	ज्ञात्वा, विज्ञाय	ज्ञातुम्	ज्ञायते.
दा to give	दत्त	दत्त्वा, प्रदाय	दातुम्	दीयते.
धा to place	हित	हित्वा, संधाय	धातुम्	धीयते.
भिद् to break	भिन्न	भित्त्वा, संभिद्य	भेत्तुम्	भिद्यते.
मा to measure	मित	मित्वा, उन्माय	मातुम्	मीयते.
या to go	यात	यात्वा, प्रयाय	यातुम्	यायते.
रुद् to cry	रुदित	रुदित्वा, विरुद्य	रोदितुम्	रुद्यते.
रुध् to oppose	रुद्ध	रुद्ध्वा, संरुध्य	रोद्धुम्	रुध्यते.
विद् to know	विदित	विदित्वा, संविद्य	वेदितुम्	विद्यते.
वृ (with परि) to surround	वृत	वृत्वा, अनुवृत्य	वारितुम् वरीतुम्	व्रियते.
शास् to teach	शिष्ट	शासित्वा, शिष्ट्वा, अनुशिष्य	शासितुम्	शिष्यते.
श्रु to hear	श्रुत	श्रुत्वा, उपश्रुत्य	श्रोतुम्	श्रूयते.
हन् to kill	हत	हत्वा, निहत्य	हन्तुम्	हन्यते.
हि to go	हित	हित्वा, प्रहित्य	हेतुम्	हीयते.

The root अस्.				The root अद्.		
			Present tense.			
	S.	D.	P.	S.	D.	P.
1 P.	अस्मि	स्वः	स्मः	अद्मि	अद्वः	अद्मः
2 P.	असि	स्थः	स्थ	अत्सि	अत्थः	अत्थ
3 P.	अस्ति	स्तः	सन्ति	अत्ति	अत्तः	अदन्ति
	Imperfect tense.			**Imperfect tense.**		
1 P.	आसम्	आस्व	आस्म	आदम्	आद्व	आद्म
2 P.	आसीः	आस्तम्	आस्त	आदः	आत्तम्	आत्त
3 P.	आसीत्	आस्ताम्	आसन्	आदत्	आत्ताम्	आदन्
	Imperative mood.			**Imperative mood.**		
1 P.	असानि	असाव	असाम	अदानि	अदाव	अदाम
2 P.	एधि	स्तम्	स्त	अद्धि	अत्तम्	अत्त
3 P.	अस्तु	स्ताम	सन्तु	अत्तु	अत्ताम्	अदन्तु

CONJUGATIONAL RULES.

1 There are two sets of conjugational terminations in Sanskrit, namely, Parasmaipada and Atmanepada. Some roots take Parasmaipada terminations, some Atmanepada terminations and some take either.

2. There are three numbers in Sanskrit, namely, singular, dual and plural.

3. There are three persons in Sanskrit, namely, first, second and third

4. There are ten conjugations in Sanakrit, and a root belongs to one of these ten conjugations and sometimes to more than one.

5. Some of these conjugations have a sign and it is added to the roots of that conjugation before the application of terminations.

6 While the conjugational signs are being added, the roots undergo some changes in their original form These changes are given below:--

1. conjugation—Final vowel and penultimate short of roots take their guṇa substitute.

2. 4. 6. conjugation:- No change.

10. Conjugation— (1) Penultimate अ takes Vṛiddhi, exception कथ्, गण्, रच्, प्रथ्; (2) final vowels take Vṛiddhi substitute; (3) Penultimate short vowel takes its guṇa substitute (exceptions स्पृह् and मृग्.).

7. The conjugational signs are given below:--
1 Con. अ., 4 Con. य., 6 Con. अ., 10 Con. अय.

8. After adding the conjugational sign to the root, the terminations are added to it. Before the terminations of the first person beginning with म and व. the preceding अ is lengthened.

9. The terminations are given below.

	Parasmaipada Present tense.				Atmanepada Present tense.		
	S	D.	P.		S.		P.
1	मि	वस्	मस्	1	इ	वहे	महे
2	सि	थस्	थ	2	से	इथे	ध्वे
3	ति	तस्	अन्ति	3	ते	इते	अन्ते

	Imperfect tense.				Imperfect tense.		
	S.	D.	P.		S.	D.	P.
1	अम्	व	म	1	इ	वहि	महि
2	स्	तम्	त	2	थास्	इथाम्	ध्वम्
3	त्	ताम्	अन्	3	त	इताम्	अन्त

Imperative mood.				Imperative mood.			
	S.	D.	P.		S.	D.	P.
1	आनि	आव	आम	1	ऐ	आवहै	आमहै
2	(०)	तम्	त	2	स्व	इथाम्	ध्वम्
3	तु	ताम्	अन्तु	3	ताम्	इताम्	अन्ताम्

Potential mood.				Potential mood.			
	S.	D.	P.		S.	D.	P.
1	ईयम्	ईव	ईम	1	ईय	ईवहि	ईमहि
2	ईस्	ईतम्	ईत	2	ईथास्	ईयाथाम्	ईध्वम्
3	ईत्	ईताम्	ईयुस्	3	ईत	ईयाताम्	ईरन्